I0090120

TRANZLATY

Language is for everyone

Tungumál er fyrir alla

The Call of the Wild

Kallið í villidýrinu

Jack London

English / Íslenska

Into the Primitive
Inn í frumstæðni

Buck did not read the newspapers.
Buck las ekki blöðin.
Had he read the newspapers he would have known trouble was brewing.
Hefði hann lesið blöðin hefði hann vitað að vandræði væru í uppsiglingu.
There was trouble not alone for himself, but for every tidewater dog.
Það voru ekki aðeins vandræði fyrir hann sjálfan, heldur fyrir alla sjávarfallahunda.
Every dog strong of muscle and with warm, long hair was going to be in trouble.
Allir hundar með vöðvastælta úlnlið og heitt, langt feld myndu lenda í vandræðum.
From Puget Bay to San Diego no dog could escape what was coming.
Frá Puget-flóa til San Diego gat enginn hundur sloppið við það sem var í vændum.
Men, groping in the Arctic darkness, had found a yellow metal.
Menn, sem þreifuðu í myrkrinu á norðurslóðum, höfðu fundið gulan málm.
Steamship and transportation companies were chasing the discovery.
Gufuskipa- og flutningafyrirtæki eltu uppgötvunina.
Thousands of men were rushing into the Northland.
Þúsundir manna þustu inn í Norðurlandið.
These men wanted dogs, and the dogs they wanted were heavy dogs.
Þessir menn vildu hunda, og hundarnir sem þeir vildu voru þungir hundar.
Dogs with strong muscles by which to toil.
Hundar með sterka vöðva til að strita með.
Dogs with furry coats to protect them from the frost.

Hundar með loðinn feld til að vernda þá fyrir frosti.

Buck lived at a big house in the sun-kissed Santa Clara Valley.
Buck bjó í stóru húsi í sólkysstu Santa Clara-dalnum.
Judge Miller's place, his house was called.
Hús dómara Millers, var kallað.
His house stood back from the road, half hidden among the trees.
Hús hans stóð til hliðar frá veginum, hálf falið meðal trjánna.
One could get glimpses of the wide veranda running around the house.
Maður gat fengið innsýn í breiða veröndina sem lá umhverfis húsið.
The house was approached by graveled driveways.
Aðkoma að húsinu var um malbikaðar innkeyrslur.
The paths wound about through wide-spreading lawns.
Göngustígarnir lágu um víðfeðmar grasflötur.
Overhead were the interlacing boughs of tall poplars.
Fyrir ofan voru fléttaðar greinar hárra ösptrjáa.
At the rear of the house things were on even more spacious.
Að aftanverðu í húsinu var enn rúmbetra.
There were great stables, where a dozen grooms were chatting
Þar voru stór hesthús, þar sem tylft brúðguma voru að spjalla saman
There were rows of vine-clad servants' cottages
Þar voru raðir af vínviðarklæddum þjónustuhúsum
And there was an endless and orderly array of outhouses
Og þar var endalaus og skipulögð röð útihúsa
Long grape arbors, green pastures, orchards, and berry patches.
Langar vínberjaskálar, grænir hagar, ávaxtargarðar og berjatré.
Then there was the pumping plant for the artesian well.
Þá var þar dælustöðin fyrir handgerða brunninn.
And there was the big cement tank filled with water.

Og þar var stóri sementtankurinn fullur af vatni.

Here Judge Miller's boys took their morning plunge.

Hér tóku drengir dómara Millers morgundýfu sína.

And they cooled down there in the hot afternoon too.

Og þau kældu sig líka þar í heitum síðdegis.

And over this great domain, Buck was the one who ruled all of it.

Og yfir þessu mikla léni réði Buck öllu.

Buck was born on this land and lived here all his four years.

Buck fæddist á þessu landi og bjó hér öll sín fjögur ár.

There were indeed other dogs, but they did not truly matter.

Það voru vissulega aðrir hundar, en þeir skiptu í raun engu máli.

Other dogs were expected in a place as vast as this one.

Búist var við öðrum hundum á jafn víðáttumiklum stað og þessum.

These dogs came and went, or lived inside the busy kennels.

Þessir hundar komu og fóru, eða bjuggu inni í annasömum hundahúsum.

Some dogs lived hidden in the house, like Toots and Ysabel did.

Sumir hundar bjuggu í földum húsinu, eins og Toots og Ysabel gerðu.

Toots was a Japanese pug, Ysabel a Mexican hairless dog.

Toots var japanskur mopshundur en Ysabel var mexíkóskur hárlaus hundur.

These strange creatures rarely stepped outside the house.

Þessar furðulegu verur fóru sjaldan út fyrir húsið.

They did not touch the ground, nor sniff the open air outside.

Þau snertu ekki jörðina né lyktuðu út í bert loftið fyrir utan.

There were also the fox terriers, at least twenty in number.

Þar voru líka foxterrierarnir, að minnsta kosti tuttugu að tölu.

These terriers barked fiercely at Toots and Ysabel indoors.

Þessir terrierhundar geltu grimmilega á Toots og Ysabel innandyra.

Toots and Ysabel stayed behind windows, safe from harm.

Toots og Ysabel dvöldu á bak við glugga, óhultar fyrir meiðsli.

They were guarded by housemaids with brooms and mops.

Þey voru gætt af vinnukonum með kústum og moppum.

But Buck was no house-dog, and he was no kennel-dog either.

En Buck var enginn húshundur og hann var heldur enginn hundahundur.

The entire property belonged to Buck as his rightful realm.

Öll eignin tilheyrði Buck sem hans réttmæta ríki.

Buck swam in the tank or went hunting with the Judge's sons.

Buck synti í fiskibúrinu eða fór á veiðar með sonum dómarans.

He walked with Mollie and Alice in the early or late hours.

Hann gekk með Mollie og Alice snemma eða seint á kvöldin.

On cold nights he lay before the library fire with the Judge.

Á köldum nóttum lá hann fyrir framan arineldinn í bókasafninu með dómaranum.

Buck gave rides to the Judge's grandsons on his strong back.

Buck ók barnabörnum dómarans á sterkum baki sínum.

He rolled in the grass with the boys, guarding them closely.

Hann velti sér í grasinu með strákunum og gætti þeirra náið.

They ventured to the fountain and even past the berry fields.

Þau voguðu sér að gosbrunninum og jafnvel fram hjá berjaökrunum.

Among the fox terriers, Buck walked with royal pride always.

Meðal foxterrieranna gekk Buck alltaf með konunglega stolti.

He ignored Toots and Ysabel, treating them like they were air.

Hann hunsaði Toots og Ysabel og kom fram við þau eins og þau væru loft.

Buck ruled over all living creatures on Judge Miller's land.

Buck réði yfir öllum lifandi verum á landi dómara Millers.

He ruled over animals, insects, birds, and even humans.

Hann réði yfir dýrum, skordýrum, fuglum og jafnvel mönnum.

Buck's father Elmo had been a huge and loyal St. Bernard.
Faðir Bucks, Elmo, hafði verið risastór og tryggur Sankti Bernharðshundur.
Elmo never left the Judge's side, and served him faithfully.
Elmo vék aldrei frá dómaranum og þjónaði honum dyggilega.
Buck seemed ready to follow his father's noble example.
Buck virtist tilbúinn að fylgja göfugu fordæmi föður síns.
Buck was not quite as large, weighing one hundred and forty pounds.
Buck var ekki alveg eins stór, vó hundrað og fjörutíu pund.
His mother, Shep, had been a fine Scotch shepherd dog.
Móðir hans, Shep, hafði verið góður skoskur fjárhundur.
But even at that weight, Buck walked with regal presence.
En jafnvel með þessari þyngd gekk Buck með konunglegri nærveru.
This came from good food and the respect he always received.
Þetta kom frá góðum mat og þeirri virðingu sem hann naut alltaf.
For four years, Buck had lived like a spoiled nobleman.
Í fjögur ár hafði Buck lifað eins og spilltur aðalsmaður.
He was proud of himself, and even slightly egotistical.
Hann var stoltur af sjálfum sér, og jafnvel dálítið sjálfselskur.
That kind of pride was common in remote country lords.
Þessi tegund af stolti var algeng meðal afskekktra sveitahöfðingja.
But Buck saved himself from becoming pampered house-dog.
En Buck bjargaði sér frá því að verða dekurhundur í húsinu.
He stayed lean and strong through hunting and exercise.
Hann hélt sér grannum og sterkum í gegnum veiðar og hreyfingu.
He loved water deeply, like people who bathe in cold lakes.
Hann elskaði vatnið innilega, eins og fólk sem baðar sig í köldum vötnum.
This love for water kept Buck strong, and very healthy.
Þessi ást á vatni hélt Buck sterkum og mjög heilbrigðum.

This was the dog Buck had become in the fall of 1897.

Þetta var hundurinn sem Buck hafði orðið haustið 1897.

When the Klondike strike pulled men to the frozen North.

Þegar árásin í Klondike dró menn til hins frosna norðurs.

People rushed from all over the world into the cold land.

Fólk streymdi hvaðanæva að úr heiminum inn í kalda landið.

Buck, however, did not read the papers, nor understand news.

Buck las hins vegar hvorki blöðin né skildi fréttir.

He did not know Manuel was a bad man to be around.

Hann vissi ekki að það væri vondur maður að vera nálægt Manuel.

Manuel, who helped in the garden, had a deep problem.

Manuel, sem hjálpaði til í garðinum, átti við alvarleg vandamál að stríða.

Manuel was addicted to gambling in the Chinese lottery.

Manuel var háður fjárhættuspilum í kínverska lottóinu.

He also believed strongly in a fixed system for winning.

Hann trúði einnig staðfastlega á fastmótað kerfi til að sigra.

That belief made his failure certain and unavoidable.

Sú trú gerði mistök hans örugg og óhjákvæmileg.

Playing a system demands money, which Manuel lacked.

Að spila kerfi krefst peninga, sem Manuel skorti.

His pay barely supported his wife and many children.

Laun hans dugðu varla til að framfleyta konu hans og mörg börn.

On the night Manuel betrayed Buck, things were normal.

Nóttina sem Manuel sveik Buck voru hlutirnir eðlilegir.

The Judge was at a Raisin Growers' Association meeting.

Dómarinn var á fundi rúsínuræktendafélags.

The Judge's sons were busy forming an athletic club then.

Synir dómarans voru þá uppteknir við að stofna íþróttafélag.

No one saw Manuel and Buck leaving through the orchard.

Enginn sá Manuel og Buck fara út um ávaxtargarðinn.

Buck thought this walk was just a simple nighttime stroll.

Buck hélt að þessi göngutúr væri bara einföld næturrölt.

They met only one man at the flag station, in College Park.

Þau hittu aðeins einn mann á fánastöðinni, í College Park.

That man spoke to Manuel, and they exchanged money.

Maðurinn talaði við Manuel og þeir skiptu á peningum.

"Wrap up the goods before you deliver them," he suggested.

„Pakkaðu vörunum inn áður en þú afhendir þær," lagði hann til.

The man's voice was rough and impatient as he spoke.

Rödd mannsins var hrjúf og óþolinmóð er hann talaði.

Manuel carefully tied a thick rope around Buck's neck.

Manuel batt vandlega þykkt reipi um háls Bucks.

"Twist the rope, and you'll choke him plenty"

„Snúðu reipinu og þú munt kæfa hann mikið"

The stranger gave a grunt, showing he understood well.

Ókunnugi maðurinn möglaði, sem sýndi að hann skildi vel.

Buck accepted the rope with calm and quiet dignity that day.

Buck tók við reipinu með ró og ró og reisn þann dag.

It was an unusual act, but Buck trusted the men he knew.

Þetta var óvenjuleg athöfn, en Buck treysti mönnunum sem hann þekkti.

He believed their wisdom went far beyond his own thinking.

Hann trúði því að viska þeirra færi langt fram úr hans eigin hugsun.

But then the rope was handed to the hands of the stranger.

En þá var reipið afhent ókunnugum manni.

Buck gave a low growl that warned with quiet menace.

Buck urraði lágt sem varaði hann við með hljóðlátri ógnun.

He was proud and commanding, and meant to show his displeasure.

Hann var stoltur og valdsmaður og ætlaði sér að sýna óánægju sína.

Buck believed his warning would be understood as an order.

Buck taldi að viðvörun hans yrði skilin sem skipun.

To his shock, the rope tightened fast around his thick neck.

Honum til mikillar undrunar hertist reipið fast um þykkan háls hans.

His air was cut off and he began to fight in a sudden rage.

Loft hans var skorið af og hann byrjaði að berjast í skyndilegri reiði.

He sprang at the man, who quickly met Buck in mid-air.

Hann stökk á manninn, sem mætti Buck í loftinu þegar í stað.

The man grabbed Buck's throat and skillfully twisted him in the air.

Maðurinn greip um háls Bucks og snéri honum listilega upp í loftið.

Buck was thrown down hard, landing flat on his back.

Buck féll harkalega niður og lenti flatt á bakinu.

The rope now choked him cruelly while he kicked wildly.

Reipið kæfði hann nú grimmilega á meðan hann sparkaði villt.

His tongue fell out, his chest heaved, but gained no breath.

Tungan féll út, brjóst hans kipptist til, en hann náði ekki andanum.

He had never been treated with such violence in his life.

Hann hafði aldrei á ævi sinni verið sýndur slíku ofbeldi.

He had also never been filled with such deep fury before.

Hann hafði heldur aldrei áður verið fullur jafn djúprar reiði.

But Buck's power faded, and his eyes turned glassy.

En kraftur Bucks dofnaði og augu hans urðu gljáandi.

He passed out just as a train was flagged down nearby.

Hann missti meðvitund rétt þegar lest var að stöðva þar í grenndinni.

Then the two men tossed him into the baggage car quickly.

Þá köstuðu mennirnir tveir honum í skyndi inn í farangursvagninn.

The next thing Buck felt was pain in his swollen tongue.

Það næsta sem Buck fann var sársauki í bólginni tungunni.

He was moving in a shaking cart, only dimly conscious.

Hann var að hreyfa sig í skjálfandi vagni, aðeins með daufa meðvitund.

The sharp scream of a train whistle told Buck his location.

Hvöss flaut lestarstöðvarinnar sagði Buck hvar hann var.

He had often ridden with the Judge and knew the feeling.

Hann hafði oft riðið með dómaranum og þekkti tilfinninguna.

It was the unique jolt of traveling in a baggage car again.

Það var einstakt sjokk að ferðast aftur í farangursvagni.

Buck opened his eyes, and his gaze burned with rage.

Buck opnaði augun og augnaráð hans brann af reiði.

This was the anger of a proud king taken from his throne.

Þetta var reiði stolts konungs sem tekinn var af hásæti sínu.

A man reached to grab him, but Buck struck first instead.

Maður rétti út höndina til að grípa hann, en Buck hjó fyrst til.

He sank his teeth into the man's hand and held tightly.

Hann setti tennurnar í hönd mannsins og hélt fast í hana.

He did not let go until he blacked out a second time.

Hann sleppti ekki fyrr en hann missti meðvitund í annað sinn.

"Yep, has fits," the man muttered to the baggageman.

„Já, fær köst," muldraði maðurinn að farangursmanninum.

The baggageman had heard the struggle and come near.

Farangursmaðurinn hafði heyrt átökin og kom nær.

"I'm taking him to 'Frisco for the boss," the man explained.

„Ég fer með hann til Frisco fyrir yfirmanninn," útskýrði maðurinn.

"There's a fine dog-doctor there who says he can cure them."

„Þar er góður hundalæknir sem segist geta læknað þá."

Later that night the man gave his own full account.

Seinna um kvöldið gaf maðurinn sína eigin fullu frásögn.

He spoke from a shed behind a saloon on the docks.

Hann talaði úr skúr fyrir aftan krá á bryggjunni.

"All I was given was fifty dollars," he complained to the saloon man.

„Ég fékk bara fimmtíu dollara," kvartaði hann við kráarmanninn.

"I wouldn't do it again, not even for a thousand in cold cash."

„Ég myndi ekki gera þetta aftur, ekki einu sinni fyrir þúsund í reiðufé."

His right hand was tightly wrapped in a bloody cloth.

Hægri hönd hans var þétt vafin inn í blóðugan klút.

His trouser leg was torn wide open from knee to foot.

Buxnaskálminn hans var rifinn gátt frá hné niður að tám.

"How much did the other mug get paid?" asked the saloon man.

„Hvað fékk hinn krakkanum greitt?" spurði kráarmaðurinn.

"A hundred," the man replied, "he wouldn't take a cent less."

„Hundrað," svaraði maðurinn, „hann myndi ekki þiggja eyri minna."

"That comes to a hundred and fifty," the saloon man said.

„Það eru hundrað og fimmtíu," sagði kráarmaðurinn.

"And he's worth it all, or I'm no better than a blockhead."

„Og hann er þess virði, annars er ég ekki betri en fáviti."

The man opened the wrappings to examine his hand.

Maðurinn opnaði umbúðirnar til að skoða hönd sína.

The hand was badly torn and crusted in dried blood.

Höndin var illa rifin og þakin þurrkuðu blóði.

"If I don't get the hydrophobia..." he began to say.

„Ef ég fæ ekki vatnsfælnina ..." byrjaði hann að segja.

"It'll be because you were born to hang," came a laugh.

„Það verður af því að þú fæddist til að hanga," heyrðist hlátur.

"Come help me out before you get going," he was asked.

„Komdu og hjálpaðu mér áður en þú ferð," var hann beðinn um að gera það.

Buck was in a daze from the pain in his tongue and throat.

Buck var í ringlun af verkjum í tungu og hálsi.

He was half-strangled, and could barely stand upright.

Hann var hálfkyrktur og gat varla staðið uppréttur.

Still, Buck tried to face the men who had hurt him so.

Samt reyndi Buck að horfast í augu við mennina sem höfðu sært hann svo mikið.

But they threw him down and choked him once again.

En þeir köstuðu honum niður og kæfðu hann enn á ný.

Only then could they saw off his heavy brass collar.

Þá fyrst gátu þeir sagað af honum þunga messingkragann.

They removed the rope and shoved him into a crate.

Þeir fjarlægðu reipið og tróðu honum ofan í kassa.

The crate was small and shaped like a rough iron cage.

Kistlan var lítil og í laginu eins og gróft járnbúr.

Buck lay there all night, filled with wrath and wounded pride.

Buck lá þar alla nóttina, fullur reiði og særðs stolts.

He could not begin to understand what was happening to him.

Hann gat ekki byrjað að skilja hvað var að gerast við hann.

Why were these strange men keeping him in this small crate?

Hvers vegna voru þessir undarlegu menn að halda honum í þessum litla búr?

What did they want with him, and why this cruel captivity?

Hvað vildu þeir honum, og hvers vegna þessi grimmilega fangahald?

He felt a dark pressure; a sense of disaster drawing closer.

Hann fann fyrir dimmum þrýstingi; tilfinningu um að ógæfa væri að nálgast.

It was a vague fear, but it settled heavily on his spirit.

Þetta var óljós ótti, en hann setti þungt strik í anda hans.

Several times he jumped up when the shed door rattled.

Nokkrum sinnum stökk hann upp þegar skúrhurðin nötraði.

He expected the Judge or the boys to appear and rescue him.

Hann bjóst við að dómarinn eða strákarnir myndu birtast og bjarga honum.

But only the saloon-keeper's fat face peeked inside each time.

En aðeins feita andlit kráareigandans kíkti inn í hvert skipti.

The man's face was lit by the dim glow of a tallow candle.

Andlit mannsins var lýst upp af daufri birtu frá tólgkerti.

Each time, Buck's joyful bark changed to a low, angry growl.

Í hvert skipti breyttist glaðvært gelt Bucks í lágt, reiðilegt urr.

The saloon-keeper left him alone for the night in the crate

Kjöthússtjórinn skildi hann eftir einan í búrinu um nóttina.

But when he awoke in the morning more men were coming.

En þegar hann vaknaði um morguninn komu fleiri menn.

Four men came and gingerly picked up the crate without a word.

Fjórir menn komu og tóku kassann varlega upp án þess að segja orð.

Buck knew at once the situation he found himself in.

Buck vissi strax í hvaða stöðu hann var staddur.

They were further tormentors that he had to fight and fear.

Þau voru enn frekari kvalarar sem hann þurfti að berjast við og óttast.

These men looked wicked, ragged, and very badly groomed.

Þessir menn litu út fyrir að vera illgjarnir, tötralegir og mjög illa snyrtir.

Buck snarled and lunged at them fiercely through the bars.

Buck urraði og þaut grimmilega á þá í gegnum rimlana.

They just laughed and jabbed at him with long wooden sticks.

Þau bara hlógu og stungu í hann með löngum tréprikum.

Buck bit at the sticks, then realized that was what they liked.

Buck beit í prikin en áttaði sig svo á að það var það sem þeim líkaði.

So he lay down quietly, sullen and burning with quiet rage.

Svo lagðist hann niður hljóður, dapur og brennandi af hljóðlátri reiði.

They lifted the crate into a wagon and drove away with him.

Þau lyftu kassanum upp í vagn og óku á brott með hann.

The crate, with Buck locked inside, changed hands often.

Kistunni, með Buck læstan inni í henni, skipti oft um hendur.

Express office clerks took charge and handled him briefly.

Starfsmenn hraðskrifstofunnar tóku við stjórninni og afgreiddu hann stuttlega.

Then another wagon carried Buck across the noisy town.

Þá bar annar vagn Buck þvert yfir hávaðasama bæinn.

A truck took him with boxes and parcels onto a ferry boat.

Vörubíll flutti hann með kassa og pakka um borð í ferju.

After crossing, the truck unloaded him at a rail depot.

Eftir að hafa farið yfir svæðið losaði vörubíllinn hann við járnbrautarstöð.

At last, Buck was placed inside a waiting express car.

Loksins var Buck settur inn í hraðvagn sem beið hans.

For two days and nights, trains pulled the express car away.
Í tvo daga og nætur drógu lestir hraðvagninn burt.

Buck neither ate nor drank during the whole painful journey.
Buck hvorki át né drakk alla þessa erfiðu ferð.

When the express messengers tried to approach him, he growled.
Þegar hraðboðarnir reyndu að nálgast hann urraði hann.

They responded by mocking him and teasing him cruelly.
Þau svöruðu með því að hæðast að honum og stríða honum grimmilega.

Buck threw himself at the bars, foaming and shaking
Buck kastaði sér að börunum, froðufullur og skjálfandi.

they laughed loudly, and taunted him like schoolyard bullies.
Þau hlógu hátt og hæddu hann eins og eineltisþjófar í skólanum.

They barked like fake dogs and flapped their arms.
Þeir geltu eins og gervihundar og veifuðu höndunum.

They even crowed like roosters just to upset him more.
Þeir gólu meira að segja eins og hanar bara til að pirra hann enn frekar.

It was foolish behavior, and Buck knew it was ridiculous.
Þetta var heimskuleg hegðun, og Buck vissi að það var fáránlegt.

But that only deepened his sense of outrage and shame.
En það jók aðeins reiði hans og skömm.

He was not bothered much by hunger during the trip.
Hann var ekki mikið fyrir hungri í ferðinni.

But thirst brought sharp pain and unbearable suffering.
En þorstinn olli miklum sársauka og óbærilegum þjáningum.

His dry, inflamed throat and tongue burned with heat.
Þurr, bólginn háls hans og tunga brann af hita.

This pain fed the fever rising within his proud body.
Þessi sársauki nærði hitann sem steig upp í stoltum líkama hans.

Buck was thankful for one single thing during this trial.

Buck var þakklátur fyrir eitt í þessum réttarhöldum.

The rope had been removed from around his thick neck.

Reipið hafði verið fjarlægt af þykkum hálsi hans.

The rope had given those men an unfair and cruel advantage.

Reipið hafði gefið þessum mönnum ósanngjarnan og grimmilegan forskot.

Now the rope was gone, and Buck swore it would never return.

Nú var reipið horfið og Buck sór þess eið að það myndi aldrei koma aftur.

He resolved no rope would ever go around his neck again.

Hann ákvað að ekkert reipi skyldi nokkurn tímann ganga um hálsinn á honum framar.

For two long days and nights, he suffered without food.

Í tvo langa daga og nætur þjáðist hann án matar.

And in those hours, he built up an enormous rage inside.

Og á þessum stundum byggði hann upp gífurlega reiði innra með sér.

His eyes turned bloodshot and wild from constant anger.

Augun hans urðu blóðhlaupin og villt af stöðugri reiði.

He was no longer Buck, but a demon with snapping jaws.

Hann var ekki lengur Buck, heldur djöfull með smellandi kjálka.

Even the Judge would not have known this mad creature.

Jafnvel dómarinn hefði ekki þekkt þessa brjáluðu veru.

The express messengers sighed in relief when they reached Seattle

Sendiboðarnir andvörpuðu léttar þegar þeir komu til Seattle.

Four men lifted the crate and brought it to a back yard.

Fjórir menn lyftu kassanum og fluttu hann út í bakgarð.

The yard was small, surrounded by high and solid walls.

Garðurinn var lítill, umkringdur háum og traustum veggjum.

A big man stepped out in a sagging red sweater shirt.

Stór maður steig út í rauðum, síðklæddri peysuskyrtu.

He signed the delivery book with a thick and bold hand.

Hann undirritaði afhendingarbókina með þykkri og djörfri hendi.

Buck sensed at once that this man was his next tormentor.

Buck fann strax að þessi maður yrði næsti kvalari hans.

He lunged violently at the bars, eyes red with fury.

Hann hljóp af hörku að rimlunum, augun rauð af reiði.

The man just smiled darkly and went to fetch a hatchet.

Maðurinn brosti bara dökkum augum og fór að sækja öxi.

He also brought a club in his thick and strong right hand.

Hann kom einnig með kylfu í þykkri og sterkri hægri hendi sinni.

"You going to take him out now?" the driver asked, concerned.

„Ætlarðu að keyra hann út núna?" spurði bílstjórinn áhyggjufullur.

"Sure," said the man, jamming the hatchet into the crate as a lever.

„Jú," sagði maðurinn og stakk öxinni í kistuna eins og vog.

The four men scattered instantly, jumping up onto the yard wall.

Mennirnir fjórir dreifðust samstundis og stukku upp á garðvegginn.

From their safe spots above, they waited to watch the spectacle.

Frá öruggum stöðum sínum uppi biðu þau eftir að horfa á sjónarspilið.

Buck lunged at the splintered wood, biting and shaking fiercely.

Buck hljóp á klofna viðinn, beit og skalf harkalega.

Each time the hatchet hit the cage), Buck was there to attack it.

Í hvert skipti sem öxin lenti í búrinu) var Buck þar til að ráðast á hana.

He growled and snapped with wild rage, eager to be set free.

Hann urraði og snaraði af villimannsævi, ákafur að vera látinn laus.

The man outside was calm and steady, intent on his task.

Maðurinn fyrir utan var rólegur og stöðugur, einbeittur að verki sínu.

"Right then, you red-eyed devil," he said when the hole was large.

„Jæja, þú rauðeygði djöfull," sagði hann þegar gatið var orðið stórt.

He dropped the hatchet and took the club in his right hand.

Hann sleppti öxinni og tók kylfuna í hægri hönd sér.

Buck truly looked like a devil; eyes bloodshot and blazing.

Buck leit sannarlega út eins og djöfull; augun blóðhlaupin og glóandi.

His coat bristled, foam frothed at his mouth, eyes glinting.

Feldur hans var grófur, froðan stóð upp úr munninum og augun glitruðu.

He bunched his muscles and sprang straight at the red sweater.

Hann spennti vöðvana og stökk beint á rauðu peysuna.

One hundred and forty pounds of fury flew at the calm man.

Hundrað og fjörutíu pund af reiði flaug á rólega manninn.

Just before his jaws clamped shut, a terrible blow struck him.

Rétt áður en kjálkarnir hans klemmdust saman, hlaut hann hræðilegt högg.

His teeth snapped together on nothing but air

Tennurnar hans brotnuðu saman á engu nema lofti

a jolt of pain reverberated through his body

sársaukaskot ómaði um líkama hans

He flipped midair and crashed down on his back and side.

Hann hvolfdi í loftinu og féll á bakið og hliðina.

He had never before felt a club's blow and could not grasp it.

Hann hafði aldrei áður fundið fyrir kylfuhöggi og gat ekki gripið það.

With a shrieking snarl, part bark, part scream, he leaped again.

Með öskrandi urri, að hluta til gelti, að hluta til öskri, stökk hann aftur upp.

Another brutal strike hit him and hurled him to the ground.

Annað harkalegt högg lenti á honum og kastaði honum til jarðar.

This time Buck understood—it was the man's heavy club.

Að þessu sinni skildi Buck – þetta var þunga kylfan hans.

But rage blinded him, and he had no thought of retreat.

En reiðin blindaði hann og hann hugsaði ekki um að hörfa.

Twelve times he launched himself, and twelve times he fell.

Tólf sinnum kastaði hann sér og tólf sinnum datt hann.

The wooden club smashed him each time with ruthless, crushing force.

Trékylfan lamdi hann í hvert skipti með miskunnarlausu, algeru afli.

After one fierce blow, he staggered to his feet, dazed and slow.

Eftir eitt harkalegt högg staulaðist hann á fætur, ringlaður og hægur.

Blood ran from his mouth, his nose, and even his ears.

Blóð rann úr munni hans, nefi og jafnvel eyrum.

His once-beautiful coat was smeared with bloody foam.

Kápan hans, sem áður var falleg, var útataður blóðugum froðu.

Then the man stepped up and struck a wicked blow to the nose.

Þá steig maðurinn upp og sló illa á nefið.

The agony was sharper than anything Buck had ever felt.

Kvölin var skarpari en nokkuð sem Buck hafði nokkurn tímann fundið.

With a roar more beast than dog, he leaped again to attack.

Með öskri, meira skepnu en hundi, stökk hann aftur til árásar.

But the man caught his lower jaw and twisted it backward.

En maðurinn greip í neðri kjálka hans og snéri honum aftur á bak.

Buck flipped head over heels, crashing down hard again.

Buck hristist upp og niður og féll aftur harkalega.

One final time, Buck charged at him, now barely able to stand.

Í síðasta sinn réðst Buck á hann, nú varla fær um að standa upp.

The man struck with expert timing, delivering the final blow.

Maðurinn hjó til af snilldarlegri tímasetningu og veitti síðasta höggið.

Buck collapsed in a heap, unconscious and unmoving.

Buck hrundi saman í hrúgu, meðvitundarlaus og hreyfingarlaus.

"He's no slouch at dog-breaking, that's what I say," a man yelled.

„Hann er ekki sljór í að brjóta hunda, það er það sem ég segi," öskraði maður.

"Druther can break the will of a hound any day of the week."

„Druther getur brotið niður vilja hunds hvaða dag vikunnar sem er."

"And twice on a Sunday!" added the driver.

„Og tvisvar á sunnudegi!" bætti bílstjórinn við.

He climbed into the wagon and cracked the reins to leave.

Hann klifraði upp í vagninn og braut í taumana til að fara af stað.

Buck slowly regained control of his consciousness

Buck náði smám saman stjórn á meðvitund sinni

but his body was still too weak and broken to move.

en líkami hans var enn of veikburða og brotinn til að hreyfa sig.

He lay where he had fallen, watching the red-sweatered man.

Hann lá þar sem hann hafði fallið og horfði á manninn í rauðpeysunni.

"He answers to the name of Buck," the man said, reading aloud.

„Hann svarar undir nafninu Buck," sagði maðurinn og las upphátt.

He quoted from the note sent with Buck's crate and details.

Hann vitnaði í miðann sem sendur var með kössunni hans Bucks og nánari upplýsingar.

"Well, Buck, my boy," the man continued with a friendly tone,

„Jæja, Buck, drengur minn," hélt maðurinn áfram með vingjarnlegum rómi,

"we've had our little fight, and now it's over between us."

„Við höfum átt okkar litla rifrildi, og nú er því lokið á milli okkar."

"You've learned your place, and I've learned mine," he added.

„Þú hefur lært þinn stað og ég hef lært minn," bætti hann við.

"Be good, and all will go well, and life will be pleasant."

„Vertu góður, og allt mun ganga vel og lífið verður ánægjulegt."

"But be bad, and I'll beat the stuffing out of you, understand?"

„En ef þú ert vond/ur, þá skal ég berja þig í hel, skilurðu?"

As he spoke, he reached out and patted Buck's sore head.

Um leið og hann talaði rétti hann út höndina og klappaði Buck á sárt höfuðið.

Buck's hair rose at the man's touch, but he didn't resist.

Hár Bucks reis við snertingu mannsins, en hann veitti ekki mótspyrnu.

The man brought him water, which Buck drank in great gulps.

Maðurinn færði honum vatn, sem Buck drakk í stórum teygjum.

Then came raw meat, which Buck devoured chunk by chunk.

Þá kom hrátt kjöt, sem Buck át bita fyrir bita.

He knew he was beaten, but he also knew he wasn't broken.

Hann vissi að hann var barinn, en hann vissi líka að hann var ekki brotinn.

He had no chance against a man armed with a club.

Hann átti engan möguleika gegn manni vopnuðum kylfu.

He had learned the truth, and he never forgot that lesson.

Hann hafði lært sannleikann og gleymdi þeim lexíu aldrei.

That weapon was the beginning of law in Buck's new world.

Þetta vopn var upphaf laga í nýja heimi Bucks.

It was the start of a harsh, primitive order he could not deny.

Þetta var upphafið að hörðum, frumstæðum reglum sem hann gat ekki afneitað.

He accepted the truth; his wild instincts were now awake.

Hann viðurkenndi sannleikann; villta eðlishvöt hans var nú vakandi.

The world had grown harsher, but Buck faced it bravely.

Heimurinn hafði orðið harðari, en Buck tókst hugrakkur á við það.

He met life with new caution, cunning, and quiet strength.

Hann mætti lífinu með nýrri varúð, slægð og kyrrlátum styrk.

More dogs arrived, tied in ropes or crates like Buck had been.

Fleiri hundar komu, bundnir í reipum eða búrum eins og Buck hafði verið.

Some dogs came calmly, others raged and fought like wild beasts.

Sumir hundar komu rólega, aðrir æstu og börðust eins og villidýr.

All of them were brought under the rule of the red-sweatered man.

Þau voru öll sett undir stjórn rauðpeysuklædda mannsins.

Each time, Buck watched and saw the same lesson unfold.

Í hvert skipti horfði Buck á og sá sama lexíuna þróast.

The man with the club was law; a master to be obeyed.

Maðurinn með kylfuna var lögmálið; herra sem hlýða átti.

He did not need to be liked, but he had to be obeyed.

Hann þurfti ekki að vera vinsæll, en honum þurfti að hlýða.

Buck never fawned or wagged like the weaker dogs did.

Buck rýddi aldrei eða veifaði eins og veikari hundarnir gerðu.

He saw dogs that were beaten and still licked the man's hand.

Hann sá hunda sem voru barðir og sleiktu samt hönd mannsins.

He saw one dog who would not obey or submit at all.
Hann sá einn hund sem hvorki hlýddi né gafst upp.
That dog fought until he was killed in the battle for control.
Þessi hundur barðist þar til hann féll í baráttunni um stjórnina.
Strangers would sometimes come to see the red-sweatered man.
Ókunnugir komu stundum til að sjá rauðpeysaða manninn.
They spoke in strange tones, pleading, bargaining, and laughing.
Þau töluðu í undarlegum rómi, sárbiðjuðu, semdu og hlógu.
When money was exchanged, they left with one or more dogs.
Þegar peningarnir voru skipt út fóru þau með einn eða fleiri hunda.
Buck wondered where these dogs went, for none ever returned.
Buck velti fyrir sér hvert þessir hundar fóru, því enginn kom nokkurn tímann aftur.
fear of the unknown filled Buck every time a strange man came
Ótti við óþekktið fyllti Buck í hvert skipti sem ókunnugur maður kom
he was glad each time another dog was taken, rather than himself.
Hann var feginn í hvert skipti sem annar hundur var tekinn, frekar en hann sjálfur.
But finally, Buck's turn came with the arrival of a strange man.
En loksins kom röðin að Buck með komu ókunnugs manns.
He was small, wiry, and spoke in broken English and curses.
Hann var lítill, grannur og talaði brotna ensku og bölvaði.
"Sacredam!" he yelled when he laid eyes on Buck's frame.
„Sacredam!" hrópaði hann þegar hann sá líkama Bucks.
"That's one damn bully dog! Eh? How much?" he asked aloud.
„Þetta er bölvaður óþokki! Ha? Hversu mikið?" spurði hann upphátt.

"Three hundred, and he's a present at that price,"
„Þrjú hundruð, og hann er gjöf á því verði,"
"Since it's government money, you shouldn't complain,
Perrault."
„Þar sem þetta eru ríkisfé, ættirðu ekki að kvarta, Perrault."
Perrault grinned at the deal he had just made with the man.
Perrault brosti að samningnum sem hann hafði gert við
manninn.
The price of dogs had soared due to the sudden demand.
Verð á hundum hafði hækkað verulega vegna skyndilegrar
eftirspurnar.
Three hundred dollars wasn't unfair for such a fine beast.
Þrjú hundruð dollarar voru ekki ósanngjarnt fyrir svona
fallega skepnu.
The Canadian Government would not lose anything in the
deal
Kanadíska ríkisstjórnin myndi ekki tapa neinu á samningnum.
Nor would their official dispatches be delayed in transit.
Opinberar sendingar þeirra myndu heldur ekki tafist í
flutningi.
Perrault knew dogs well, and could see Buck was something
rare.
Perrault þekkti hunda vel og gat séð að Buck var eitthvað
sjaldgæft.
"One in ten ten-thousand," he thought, as he studied Buck's
build.
„Einn af hverjum tíu tíu þúsund," hugsaði hann er hann virti
fyrir sér líkamsbyggingu Bucks.
Buck saw the money change hands, but showed no surprise.
Buck sá peningana skipta um hendur en sýndi enga undrun.
Soon he and Curly, a gentle Newfoundland, were led away.
Fljótlega voru hann og Krullað, ljúfur nýfundnalandshundur,
leiddir burt.
They followed the little man from the red sweater's yard.
Þau fylgdu litla manninum úr garði rauðu peysunnar.
That was the last Buck ever saw of the man with the wooden
club.

Þetta var síðasta sinn sem Buck sá manninn með trékylfuna.

From the Narwhal's deck he watched Seattle fade into the distance.

Af þilfari Narhvalsins horfði hann á Seattle hverfa í fjarskann.

It was also the last time he ever saw the warm Southland.

Þetta var líka í síðasta sinn sem hann sá hið hlýja Suðurland.

Perrault took them below deck, and left them with François.

Perrault fór með þá niður fyrir þilfar og skildi þá eftir hjá François.

François was a black-faced giant with rough, calloused hands.

François var svartur risi með hrjúfar, harðlínulaga hendur.

He was dark and swarthy; a half-breed French-Canadian.

Hann var dökkhærður og dökkhærður; hálfgerður fransk-kanadískur.

To Buck, these men were of a kind he had never seen before.

Fyrir Buck voru þessir menn af þeirri tegund sem hann hafði aldrei séð áður.

He would come to know many such men in the days ahead.

Hann myndi kynnast mörgum slíkum mönnum á komandi dögum.

He did not grow fond of them, but he came to respect them.

Hann varð ekki hrifinn af þeim, en hann fór að virða þá.

They were fair and wise, and not easily fooled by any dog.

Þau voru sanngjörn og vitrir og hundar létu ekki blekkjast auðveldlega.

They judged dogs calmly, and punished only when deserved.

Þeir dæmdu hunda rólega og refsuðu aðeins þegar þeir áttu það skilið.

In the Narwhal's lower deck, Buck and Curly met two dogs.

Á neðri þilfari Narwhalsins hittu Buck og Krullað tvo hunda.

One was a large white dog from far-off, icy Spitzbergen.

Annar var stór hvítur hundur frá fjarlægu, ískalda Spitsbergen.

He'd once sailed with a whaler and joined a survey group.

Hann hafði einu sinni siglt með hvalveiðimanni og gengið til liðs við landmælingahóp.

He was friendly in a sly, underhanded and crafty fashion.

Hann var vingjarnlegur á lúmskan, undirförulan og slægan hátt.

At their first meal, he stole a piece of meat from Buck's pan.

Við fyrstu máltíð þeirra stal hann kjötbita af pönnu Bucks.

Buck jumped to punish him, but François's whip struck first.

Buck stökk til að refsa honum, en svipan frá François lenti fyrst.

The white thief yelped, and Buck reclaimed the stolen bone.

Hvíti þjófurinn öskraði og Buck endurheimti stolna beinið.

That fairness impressed Buck, and François earned his respect.

Þessi sanngirni vakti hrifningu Bucks og François ávann sér virðingu hans.

The other dog gave no greeting, and wanted none in return.

Hinn hundurinn heilsaði ekki og vildi ekkert í staðinn.

He didn't steal food, nor sniff at the new arrivals with interest.

Hann stal hvorki mat né þefaði áhugasöm að nýkomunum.

This dog was grim and quiet, gloomy and slow-moving.

Þessi hundur var hryggur og hljóður, drungalegur og hægfara.

He warned Curly to stay away by simply glaring at her.

Hann varaði Krullað við að halda sig fjarri með því einfaldlega að glápa á hana.

His message was clear; leave me alone or there'll be trouble.

Skilaboð hans voru skýr; látið mig í friði eða það verða vandræði.

He was called Dave, and he barely noticed his surroundings.

Hann hét Dave og tók varla eftir umhverfi sínu.

He slept often, ate quietly, and yawned now and again.

Hann svaf oft, borðaði rólega og geispaði öðru hvoru.

The ship hummed constantly with the beating propeller below.

Skipið suðaði stöðugt með sláandi skrúfunni fyrir neðan.

Days passed with little change, but the weather got colder.

Dagarnir liðu án mikilla breytinga, en veðrið kólnaði.

Buck could feel it in his bones, and noticed the others did too.

Buck fann það í beinum sínum og tók eftir því að hinir gerðu það líka.

Then one morning, the propeller stopped and all was still.

Svo einn morguninn stoppaði skrúfan og allt varð kyrrt.

An energy swept through the ship; something had changed.

Orka fór um skipið; eitthvað hafði breyst.

François came down, clipped them on leashes, and brought them up.

François kom niður, batt þá í tauma og færði þá upp.

Buck stepped out and found the ground soft, white, and cold.

Buck steig út og fann jörðina mjúka, hvíta og kalda.

He jumped back in alarm and snorted in total confusion.

Hann stökk aftur á bak í ótta og fnösti í algjöru rugli.

Strange white stuff was falling from the gray sky.

Undarlegt hvítt efni féll af gráum himni.

He shook himself, but the white flakes kept landing on him.

Hann hristi sig, en hvítu flögurnar héldu áfram að lenda á honum.

He sniffed the white stuff carefully and licked at a few icy bits.

Hann þefaði vandlega af hvítu efninu og sleikti nokkra ískalda bita.

The powder burned like fire, then vanished right off his tongue.

Duftið brann eins og eldur og hvarf svo af tungu hans.

Buck tried again, puzzled by the odd vanishing coldness.

Buck reyndi aftur, undrandi yfir þessum undarlega, hverfandi kulda.

The men around him laughed, and Buck felt embarrassed.

Mennirnir í kringum hann hlógu og Buck fannst hann vandræðalegur.

He didn't know why, but he was ashamed of his reaction.

Hann vissi ekki af hverju, en hann skammaðist sín fyrir viðbrögð sín.

It was his first experience with snow, and it confused him.

Þetta var fyrsta reynsla hans af snjó og það ruglaði hann.

The Law of Club and Fang
Lögmálið um kylfu og vígtennur

Buck's first day on the Dyea beach felt like a terrible nightmare.
Fyrsti dagurinn hjá Buck á Dyea-ströndinni var eins og hræðileg martröð.

Each hour brought new shocks and unexpected changes for Buck.
Hver klukkustund færði Buck ný áföll og óvæntar breytingar.

He had been pulled from civilization and thrown into wild chaos.
Hann hafði verið dreginn úr siðmenningunni og kastað út í villt ringulreið.

This was no sunny, lazy life with boredom and rest.
Þetta var ekkert sólríkt, letilegt líf með leiðindum og hvíld.

There was no peace, no rest, and no moment without danger.
Þar var enginn friður, engin hvíld og engin stund án hættu.

Confusion ruled everything, and danger was always close.
Ruglingur réði öllu og hættan var alltaf yfirvofandi.

Buck had to stay alert because these men and dogs were different.
Buck þurfti að vera vakandi því þessir menn og hundar voru ólíkir.

They were not from towns; they were wild and without mercy.
Þau voru ekki úr bæjum; þau voru villt og miskunnarlaus.

These men and dogs only knew the law of club and fang.
Þessir menn og hundar þekktu aðeins lögmálið um kylfu og vígtennur.

Buck had never seen dogs fight like these savage huskies.
Buck hafði aldrei séð hunda berjast eins og þessa grimmu huskyhunda.

His first experience taught him a lesson he would never forget.
Fyrsta reynsla hans kenndi honum lexíu sem hann myndi aldrei gleyma.

He was lucky it was not him, or he would have died too.

Hann var heppinn að þetta var ekki hann, annars hefði hann líka dáið.

Curly was the one who suffered while Buck watched and learned.

Það var Krullað sem þjáðist á meðan Buck horfði á og lærði.

They had made camp near a store built from logs.

Þau höfðu sett upp tjaldbúðir nálægt verslun sem var byggð úr trjábolum.

Curly tried to be friendly to a large, wolf-like husky.

Krullað reyndi að vera vingjarnlegur við stóran, úlfslíkan husky hund.

The husky was smaller than Curly, but looked wild and mean.

Husky-hundurinn var minni en Krullað, en leit villtur og grimmur út.

Without warning, he jumped and slashed her face open.

Án viðvörunar stökk hann upp og skar hana í andlitið.

His teeth cut from her eye down to her jaw in one move.

Tennur hans skáru frá auga hennar niður að kjálka í einni hreyfingu.

This was how wolves fought—hit fast and jump away.

Svona börðust úlfar — börðust hratt og stukku í burtu.

But there was more to learn than from that one attack.

En það var meira að læra en af þessari einu árás.

Dozens of huskies rushed in and made a silent circle.

Tugir huskyhunda þustu inn og mynduðu þögull hring.

They watched closely and licked their lips with hunger.

Þau horfðu grannt á og sleiktu sér um varirnar af hungri.

Buck didn't understand their silence or their eager eyes.

Buck skildi hvorki þögn þeirra né ákaf augnaráð þeirra.

Curly rushed to attack the husky a second time.

Krullað hljóp til að ráðast á husky-hundinn í annað sinn.

He used his chest to knock her over with a strong move.

Hann notaði bringuna til að fella hana með kröftugum hreyfingum.

She fell on her side and could not get back up.

Hún féll á hliðina og gat ekki staðið upp aftur.

That was what the others had been waiting for all along.

Þetta var það sem hinir höfðu beðið eftir allan tímann.

The huskies jumped on her, yelping and snarling in a frenzy.

Husky-hundarnir stukku á hana, æptu og urruðu af æði.

She screamed as they buried her under a pile of dogs.

Hún öskraði þegar þeir grófu hana undir haug af hundum.

The attack was so fast that Buck froze in place with shock.

Árásin var svo hröð að Buck fraus kyrr af áfalli.

He saw Spitz stick out his tongue in a way that looked like a laugh.

Hann sá Spitz stinga út tungunni á þann hátt sem leit út eins og hlátur.

François grabbed an axe and ran straight into the group of dogs.

François greip öxi og hljóp beint inn í hundahópinn.

Three other men used clubs to help beat the huskies away.

Þrír aðrir menn notuðu kylfur til að hjálpa til við að reka husky-hundana í burtu.

In just two minutes, the fight was over and the dogs were gone.

Eftir aðeins tvær mínútur var bardaganum lokið og hundarnir voru farnir.

Curly lay dead in the red, trampled snow, her body torn apart.

Krullað lá dauð í rauða, troðnum snjónum, líkami hennar rifinn í sundur.

A dark-skinned man stood over her, cursing the brutal scene.

Dökkhærður maður stóð yfir henni og formælti hrottalegu atriðinu.

The memory stayed with Buck and haunted his dreams at night.

Minningin lifði með Buck og ásótti drauma hans á nóttunni.

That was the way here; no fairness, no second chance.

Þannig var það hér; engin réttlæti, ekkert annað tækifæri.

Once a dog fell, the others would kill without mercy.

Þegar hundur féll, drápu hinir hann miskunnarlaust.

Buck decided then that he would never allow himself to fall.

Buck ákvað þá að hann myndi aldrei leyfa sér að falla.

Spitz stuck out his tongue again and laughed at the blood.

Spitz stakk aftur út tungunni og hló að blóðinu.

From that moment on, Buck hated Spitz with all his heart.

Frá þeirri stundu hataði Buck Spitz af öllu hjarta.

Before Buck could recover from Curly's death, something new happened.

Áður en Buck gat jafnað sig eftir dauða Krullað gerðist eitthvað nýtt.

François came over and strapped something around Buck's body.

François kom til og spennti eitthvað utan um líkama Bucks.

It was a harness like the ones used on horses at the ranch.

Þetta var beisli eins og þau sem notuð eru á hestum á búgarðinum.

As Buck had seen horses work, now he was made to work too.

Eins og Buck hafði séð hesta vinna, var hann nú líka látinn vinna.

He had to pull François on a sled into the forest nearby.

Hann þurfti að draga François á sleða inn í skóginn í nágrenninu.

Then he had to pull back a load of heavy firewood.

Þá þurfti hann að draga til baka hlass af þungum eldiviði.

Buck was proud, so it hurt him to be treated like a work animal.

Buck var stoltur, svo það særði hann að vera meðhöndlaður eins og vinnudýr.

But he was wise and didn't try to fight the new situation.

En hann var vitur og reyndi ekki að berjast við nýju aðstæðurnar.

He accepted his new life and gave his best in every task.

Hann tók nýja lífinu fagnandi og lagði sig allan fram í hverju verki.

Everything about the work was strange and unfamiliar to him.

Allt við verkið var honum framandi og ókunnugt.

François was strict and demanded obedience without delay.

Frans var strangur og krafðist hlýðni án tafar.

His whip made sure that every command was followed at once.

Svipan hans tryggði að hverri skipun væri fylgt samstundis.

Dave was the wheeler, the dog nearest the sled behind Buck.

Dave var hjólreiðamaðurinn, hundurinn sem var næstur sleðanum á eftir Buck.

Dave bit Buck on the back legs if he made a mistake.

Dave beit Buck í afturfæturna ef hann gerði mistök.

Spitz was the lead dog, skilled and experienced in the role.

Spitz var leiðtogahundurinn, hæfur og reynslumikill í hlutverkinu.

Spitz could not reach Buck easily, but still corrected him.

Spitz náði ekki auðveldlega til Bucks, en leiðrétti hann samt.

He growled harshly or pulled the sled in ways that taught Buck.

Hann urraði harkalega eða dró sleðann á þann hátt sem kenndi Buck.

Under this training, Buck learned faster than any of them expected.

Í þessari þjálfun lærði Buck hraðar en nokkur þeirra bjóst við.

He worked hard and learned from both François and the other dogs.

Hann vann hörðum höndum og lærði bæði af François og hinum hundunum.

By the time they returned, Buck already knew the key commands.

Þegar þau komu aftur kunni Buck þegar lykilskipanirnar.

He learned to stop at the sound of "ho" from François.

Hann lærði að stoppa við hljóðið „hó" frá François.

He learned when he had to pull the sled and run.

Hann lærði þegar hann þurfti að draga sleðann og hlaupa.

He learned to turn wide at bends in the trail without trouble.

Hann lærði að beygja breitt í beygjum á slóðanum án vandræða.

He also learned to avoid Dave when the sled went downhill fast.

Hann lærði líka að forðast Dave þegar sleðinn fór hratt niður á við.

"They're very good dogs," François proudly told Perrault.

„Þetta eru mjög góðir hundar," sagði François stoltur við Perrault.

"That Buck pulls like hell—I teach him quick as anything."

„Þessi Buck togar eins og helvíti — ég kenni honum það eins fljótt og auðið er."

Later that day, Perrault came back with two more husky dogs.

Seinna sama dag kom Perrault aftur með tvo husky-hunda til viðbótar.

Their names were Billee and Joe, and they were brothers.

Þeir hétu Billee og Joe og voru bræður.

They came from the same mother, but were not alike at all.

Þau komu frá sömu móður en voru alls ekki eins.

Billee was sweet-natured and too friendly with everyone.

Billee var ljúfmannleg og mjög vingjarnleg við alla.

Joe was the opposite—quiet, angry, and always snarling.

Joe var andstæðan — rólegur, reiður og alltaf urrandi.

Buck greeted them in a friendly way and was calm with both.

Buck heilsaði þeim vingjarnlega og var rólegur við bæði.

Dave paid no attention to them and stayed silent as usual.

Dave gaf þeim engan gaum og þagði eins og venjulega.

Spitz attacked first Billee, then Joe, to show his dominance.

Spitz réðst fyrst á Billee, síðan Joe, til að sýna yfirburði sína.

Billee wagged his tail and tried to be friendly to Spitz.

Billee veifaði rófunni og reyndi að vera vingjarnlegur við Spitz.

When that didn't work, he tried to run away instead.

Þegar það virkaði ekki reyndi hann að flýja í staðinn.

He cried sadly when Spitz bit him hard on the side.

Hann grét dapurlega þegar Spitz beit hann fast í hliðina.

But Joe was very different and refused to be bullied.

En Jói var mjög ólíkur og vildi ekki láta leggja í einelti.

Every time Spitz came near, Joe spun to face him fast.

Í hvert skipti sem Spitz kom nærri sneri Joe sér hratt við til að horfast í augu við hann.

His fur bristled, his lips curled, and his teeth snapped wildly.

Feldurinn hans gnæfði, varirnar krulluðust og tennurnar brotnuðu villt.

Joe's eyes gleamed with fear and rage, daring Spitz to strike.

Augu Joes glitruðu af ótta og reiði og ögruðu Spitz til að ráðast til högga.

Spitz gave up the fight and turned away, humiliated and angry.

Spitz gafst upp á bardaganum og sneri sér undan, auðmýktur og reiður.

He took out his frustration on poor Billee and chased him away.

Hann lét gremju sína út á vesalings Billee og rak hann í burtu.

That evening, Perrault added one more dog to the team.

Um kvöldið bætti Perrault einum hundi í viðbót við hópinn.

This dog was old, lean, and covered in battle scars.

Þessi hundur var gamall, grannur og þakinn örum eftir bardaga.

One of his eyes was missing, but the other flashed with power.

Annað augað hans vantaði, en hitt glóði af krafti.

The new dog's name was Solleks, which meant the Angry One.

Nýi hundurinn hét Solleks, sem þýddi Hinn reiði.

Like Dave, Solleks asked nothing from others, and gave nothing back.

Eins og Dave bað Solleks ekki aðra um neitt og gaf ekkert til baka.

When Solleks walked slowly into camp, even Spitz stayed away.

Þegar Solleks gekk hægt inn í búðirnar, hélt jafnvel Spitz sig fjarri.

He had a strange habit that Buck was unlucky to discover.

Hann hafði undarlegan vana sem Buck var óheppinn að uppgötva.

Solleks hated being approached on the side where he was blind.

Solleks hataði að vera nálgast af þeirri hlið þar sem hann var blindur.

Buck did not know this and made that mistake by accident.

Buck vissi þetta ekki og gerði þessi mistök fyrir slysni.

Solleks spun around and slashed Buck's shoulder deep and fast.

Solleks sneri sér við og skar Buck djúpt og hratt í öxlina.

From that moment on, Buck never came near Solleks' blind side.

Frá þeirri stundu kom Buck aldrei nálægt blindhlið Solleks.

They never had trouble again for the rest of their time together.

Þau lentu aldrei í vandræðum aftur það sem eftir var af tímanum sem þau voru saman.

Solleks wanted only to be left alone, like quiet Dave.

Solleks vildi bara vera í friði, eins og hljóði Dave.

But Buck would later learn they each had another secret goal.

En Buck myndi síðar komast að því að þau höfðu hvort um sig annað leynilegt markmið.

That night Buck faced a new and troubling challenge—how to sleep.

Um nóttina stóð Buck frammi fyrir nýrri og erfiðri áskorun — hvernig ætti hann að sofa.

The tent glowed warmly with candlelight in the snowy field.

Tjaldið glóði hlýlega af kertaljósi í snæviþöktum reitnum.

Buck walked inside, thinking he could rest there like before.
Buck gekk inn og hugsaði sér að þar gæti hann hvílst eins og áður.
But Perrault and François yelled at him and threw pans.
En Perrault og François öskruðu á hann og köstuðu pönnum.
Shocked and confused, Buck ran out into the freezing cold.
Í áfalli og ruglaður hljóp Buck út í ísinn.
A bitter wind stung his wounded shoulder and froze his paws.
Beiskur vindur stakk særða öxlina hans og fraus loppurnar.
He lay down in the snow and tried to sleep out in the open.
Hann lagðist niður í snjóinn og reyndi að sofa úti í opnu landi.
But the cold soon forced him to get back up, shaking badly.
En kuldinn neyddi hann fljótlega til að standa aftur upp, skjálfandi illa.
He wandered through the camp, trying to find a warmer spot.
Hann reikaði um tjaldstæðið og reyndi að finna hlýrri stað.
But every corner was just as cold as the one before.
En hvert horn var jafn kalt og það fyrra.
Sometimes savage dogs jumped at him from the darkness.
Stundum stukku villtir hundar að honum úr myrkrinu.
Buck bristled his fur, bared his teeth, and snarled with warning.
Buck strauk feldinn, sýndi tennurnar og urraði viðvörunarhljóð.
He was learning fast, and the other dogs backed off quickly.
Hann var fljótur að læra og hinir hundarnir hættu fljótt.
Still, he had no place to sleep, and no idea what to do.
Samt hafði hann engan stað til að sofa og vissi ekki hvað hann ætti að gera.
At last, a thought came to him—check on his team-mates.
Loksins datt honum í hug — athuga með liðsfélagana sína.
He returned to their area and was surprised to find them gone.
Hann sneri aftur á svæðið þeirra og varð undrandi að sjá þau farin.

Again he searched the camp, but still could not find them.
Hann leitaði aftur í búðunum en fann þá ekki.
He knew they could not be in the tent, or he would be too.
Hann vissi að þau mættu ekki vera í tjaldinu, annars yrði hann það líka.
So where had all the dogs gone in this frozen camp?
Hvert voru allir hundarnir þá farnir í þessum frosnu búðum?
Buck, cold and miserable, slowly circled around the tent.
Buck, kaldur og vansæll, gekk hægt í hringi umhverfis tjaldið.
Suddenly, his front legs sank into soft snow and startled him.
Skyndilega sukku framfætur hans ofan í mjúkan snjó og hræddu hann.
Something wriggled under his feet, and he jumped back in fear.
Eitthvað kipptist til undir fótum hans og hann stökk aftur á bak af ótta.
He growled and snarled, not knowing what lay beneath the snow.
Hann urraði og urraði, án þess að vita hvað leynist undir snjónum.
Then he heard a friendly little bark that eased his fear.
Þá heyrði hann vingjarnlegt lítið gelt sem róaði ótta hans.
He sniffed the air and came closer to see what was hidden.
Hann þefaði út í loftið og kom nær til að sjá hvað leyndist.
Under the snow, curled into a warm ball, was little Billee.
Undir snjónum, krullaður saman í hlýjan kúlu, lá litli Billee.
Billee wagged his tail and licked Buck's face to greet him.
Billee veifaði rófunni og sleikti andlit Bucks til að heilsa honum.
Buck saw how Billee had made a sleeping place in the snow.
Buck sá hvernig Billee hafði búið til svefnstað í snjónum.
He had dug down and used his own heat to stay warm.
Hann hafði grafið sig niður og notað sinn eigin hita til að halda á sér hita.
Buck had learned another lesson — this was how the dogs slept.

Buck hafði lært aðra lexíu — svona sváfu hundarnir.

He picked a spot and started digging his own hole in the snow.

Hann valdi sér stað og byrjaði að grafa sína eigin holu í snjónum.

At first, he moved around too much and wasted energy.

Í fyrstu hreyfði hann sig of mikið og sóaði orku.

But soon his body warmed the space, and he felt safe.

En fljótlega hlýjaði líkami hans rýmið og hann fann fyrir öryggi.

He curled up tightly, and before long he was fast asleep.

Hann krullaði sig þétt saman og áður en langt um leið var hann sofnaður fast.

The day had been long and hard, and Buck was exhausted.

Dagurinn hafði verið langur og erfiður og Buck var úrvinda.

He slept deeply and comfortably, though his dreams were wild.

Hann svaf djúpt og þægilega, þótt draumarnir væru villtir.

He growled and barked in his sleep, twisting as he dreamed.

Hann urraði og gelti í svefni sínum, snéri sér við í draumnum.

Buck didn't wake up until the camp was already coming to life.

Buck vaknaði ekki fyrr en búðirnar voru þegar farnar að lifna við.

At first, he didn't know where he was or what had happened.

Í fyrstu vissi hann ekki hvar hann var eða hvað hafði gerst.

Snow had fallen overnight and completely buried his body.

Snjór hafði fallið í nótt og grafið lík hans alveg.

The snow pressed in around him, tight on all sides.

Snjórinn þrýsti sér að honum, þéttur á allar hliðar.

Suddenly a wave of fear rushed through Buck's entire body.

Skyndilega fór óttabylgja um allan líkama Bucks.

It was the fear of being trapped, a fear from deep instincts.

Það var óttinn við að vera fastur, ótti sem kom frá djúpum eðlishvötum.

Though he had never seen a trap, the fear lived inside him.

Þótt hann hefði aldrei séð gildru, bjó óttinn innra með honum.

He was a tame dog, but now his old wild instincts were waking.

Hann var tamur hundur, en nú voru gömlu villtu eðlishvöt hans að vakna.

Buck's muscles tensed, and his fur stood up all over his back.

Vöðvar Bucks spenntust og feldurinn reis upp um allan bak hans.

He snarled fiercely and sprang straight up through the snow.

Hann urraði grimmilega og stökk beint upp í gegnum snjóinn.

Snow flew in every direction as he burst into the daylight.

Snjórinn flaug í allar áttir þegar hann braust út í dagsbirtuna.

Even before landing, Buck saw the camp spread out before him.

Jafnvel áður en Buck lenti sá hann herbúðirnar teygja sig út fyrir framan sig.

He remembered everything from the day before, all at once.

Hann mundi allt frá deginum áður, allt í einu.

He remembered strolling with Manuel and ending up in this place.

Hann mundi eftir að hafa rölt með Manuel og endað á þessum stað.

He remembered digging the hole and falling asleep in the cold.

Hann mundi eftir að hafa grafið holuna og sofnað í kuldanum.

Now he was awake, and the wild world around him was clear.

Nú var hann vakinn og villiheimurinn í kringum hann var bjartur.

A shout from François hailed Buck's sudden appearance.

Óp frá François fagnaði skyndilegri komu Bucks.

"What did I say?" the dog-driver cried loudly to Perrault.

„Hvað sagði ég?" hrópaði hundaeigandinn hátt til Perraults.

"That Buck for sure learns quick as anything," François added.

„Þessi Buck lærir svo sannarlega fljótt," bætti François við.

Perrault nodded gravely, clearly pleased with the result.

Perrault kinkaði kolli alvarlega, greinilega ánægður með niðurstöðuna.

As a courier for the Canadian Government, he carried dispatches.

Sem sendiboði fyrir kanadísku ríkisstjórnina flutti hann sendingar.

He was eager to find the best dogs for his important mission.

Hann var ákafur að finna bestu hundana fyrir mikilvægt verkefni sitt.

He felt especially pleased now that Buck was part of the team.

Hann var sérstaklega ánægður nú að Buck væri hluti af hópnum.

Three more huskies were added to the team within an hour.

Þrír huskyhundar til viðbótar bættust í hópinn innan klukkustundar.

That brought the total number of dogs on the team to nine.

Þar með voru hundarnir í liðinu orðnir níu talsins.

Within fifteen minutes all the dogs were in their harnesses.

Innan fimmtán mínútna voru allir hundarnir komnir í beisli sín.

The sled team was swinging up the trail toward Dyea Cañon.

Sleðaliðið var að sveifla upp slóðann í átt að Dyea Cañon.

Buck felt glad to be leaving, even if the work ahead was hard.

Buck var ánægður með að vera að fara, jafnvel þótt verkið framundan væri erfitt.

He found he did not particularly despise the labor or the cold.

Hann fann að hann fyrirleit ekki vinnuna né kuldann sérstaklega.

He was surprised by the eagerness that filled the whole team.

Hann varð hissa á þeim áhuga sem fyllti allt liðið.

Even more surprising was the change that had come over Dave and Solleks.

Enn óvæntara var sú breyting sem hafði orðið á Dave og Solleks.

These two dogs were entirely different when they were harnessed.

Þessir tveir hundar voru gjörólíkir þegar þeir voru í beisli.

Their passiveness and lack of concern had completely disappeared.

Þögn þeirra og áhugaleysi var alveg horfið.

They were alert and active, and eager to do their work well.

Þau voru vakandi og virk og vildu vinna verk sín vel.

They grew fiercely irritated at anything that caused delay or confusion.

Þeir urðu afar pirraðir yfir öllu sem olli töfum eða ruglingi.

The hard work on the reins was the center of their entire being.

Erfiði taumhaldið var kjarninn í allri þeirra tilveru.

Sled pulling seemed to be the only thing they truly enjoyed.

Sleðadráttur virtist vera það eina sem þeim fannst virkilega gaman að gera.

Dave was at the back of the group, closest to the sled itself.

Dave var aftast í hópnum, næst sleðanum sjálfum.

Buck was placed in front of Dave, and Solleks pulled ahead of Buck.

Buck var settur fyrir framan Dave og Solleks dró sig á undan Buck.

The rest of the dogs were strung out ahead in a single file.

Hinir hundarnir voru tengdir á undan í einni röð.

The lead position at the front was filled by Spitz.

Spitz fyllti fremsta sætið.

Buck had been placed between Dave and Solleks for instruction.

Buck hafði verið settur á milli Dave og Solleks til kennslu.

He was a quick learner, and they were firm and capable teachers.

Hann var fljótur að læra og þeir voru ákveðnir og færir kennarar.

They never allowed Buck to remain in error for long.

Þeir leyfðu Buck aldrei að vera lengi á villigötum.

They taught their lessons with sharp teeth when needed.

Þeir kenndu lexíurnar sínar með beittum tönnum þegar þörf krefði.

Dave was fair and showed a quiet, serious kind of wisdom.

Dave var sanngjarn og sýndi hljóðláta og alvarlega visku.

He never bit Buck without a good reason to do so.

Hann beit aldrei Buck án þess að hafa góða ástæðu til þess.

But he never failed to bite when Buck needed correction.

En hann brást aldrei við að bíta þegar Buck þurfti leiðréttingu.

François's whip was always ready and backed up their authority.

Svipa François var alltaf tilbúin og studdi vald þeirra.

Buck soon found it was better to obey than to fight back.

Buck komst fljótt að því að betra var að hlýða en að berjast á móti.

Once, during a short rest, Buck got tangled in the reins.

Einu sinni, í stuttri hvíld, flæktist Buck í taumunum.

He delayed the start and confused the team's movement.

Hann seinkaði ræsingunni og ruglaði hreyfingu liðsins.

Dave and Solleks flew at him and gave him a rough beating.

Dave og Solleks flugu á hann og börðu hann harkalega.

The tangle only got worse, but Buck learned his lesson well.

Flækjan versnaði bara, en Buck lærði sína lexíu vel.

From then on, he kept the reins taut, and worked carefully.

Þaðan í frá hélt hann taumunum stífum og vann vandlega.

Before the day ended, Buck had mastered much of his task.

Áður en deginum lauk hafði Buck náð tökum á stórum hluta verkefnisins.

His teammates almost stopped correcting or biting him.

Liðsfélagar hans hættu næstum því að leiðrétta hann eða bíta.

François's whip cracked through the air less and less often.

Svipa François braust sjaldnar og sjaldnar í loftinu.

Perrault even lifted Buck's feet and carefully examined each paw.
Perrault lyfti meira að segja fótum Bucks og skoðaði vandlega hverja loppu.
It had been a hard day's run, long and exhausting for them all.
Þetta hafði verið erfiður hlaupadagur, langur og þreytandi fyrir þau öll.
They travelled up the Cañon, through Sheep Camp, and past the Scales.
Þau ferðuðust upp Cañon, í gegnum Sheep Camp og framhjá Scales.
They crossed the timber line, then glaciers and snowdrifts many feet deep.
Þau fóru yfir skógarmörkin, síðan jökla og margra feta djúpa snjóskafla.
They climbed the great cold and forbidding Chilkoot Divide.
Þau klifru upp hina miklu, köldu og ógnvekjandi Chilkoot-kvísl.
That high ridge stood between salt water and the frozen interior.
Þessi hái hryggur stóð á milli saltvatns og frosnu innri jarðar.
The mountains guarded the sad and lonely North with ice and steep climbs.
Fjöllin vörðuðu hið dapurlega og einmana norðurland með ís og bröttum brekkum.
They made good time down a long chain of lakes below the divide.
Þau nutu góðs tíma niður langa keðju vatna fyrir neðan skilin.
Those lakes filled the ancient craters of extinct volcanoes.
Þessi vötn fylltu forna gíga útdauðra eldfjalla.
Late that night, they reached a large camp at Lake Bennett.
Seint um kvöldið komu þeir að stórum tjaldbúðum við Bennett-vatn.
Thousands of gold seekers were there, building boats for spring.

Þúsundir gullleitenda voru þar að smíða báta fyrir vorið.

The ice was going break up soon, and they had to be ready.

Ísinn myndi brátt brotna og þeir urðu að vera viðbúnir.

Buck dug his hole in the snow and fell into a deep sleep.

Buck gróf holu sína í snjónum og sofnaði djúpt.

He slept like a working man, exhausted from the harsh day of toil.

Hann svaf eins og verkamaður, úrvinda eftir erfiðan dag.

But too early in the darkness, he was dragged from sleep.

En of snemma í myrkrinu var hann dreginn upp úr svefni.

He was harnessed with his mates again and attached to the sled.

Hann var beislaður aftur með félögum sínum og festur við sleðann.

That day they made forty miles, because the snow was well trodden.

Þann dag óku þau fjörutíu mílur, því að snjórinn var vel troðinn.

The next day, and for many days after, the snow was soft.

Daginn eftir, og í marga daga á eftir, var snjórinn mjúkur.

They had to make the path themselves, working harder and moving slower.

Þau urðu að leggja leiðina sjálf, vinna meira og fara hægar.

Usually, Perrault walked ahead of the team with webbed snowshoes.

Venjulega gekk Perrault á undan liðinu á snjóþrúgum með vefjum.

His steps packed the snow, making it easier for the sled to move.

Skref hans þjöppuðu snjóinn og auðveldaði sleðanum að hreyfast.

François, who steered from the gee-pole, sometimes took over.

François, sem stýrði frá stönginni, tók stundum við.

But it was rare that François took the lead

En það var sjaldgæft að François tæki forystuna.

because Perrault was in a rush to deliver the letters and parcels.

því að Perrault var í óðaönn að afhenda bréfin og pakkana.

Perrault was proud of his knowledge of snow, and especially ice.

Perrault var stoltur af þekkingu sinni á snjó, og sérstaklega ís.

That knowledge was essential, because fall ice was dangerously thin.

Sú þekking var nauðsynleg, því haustísinn var hættulega þunnur.

Where water flowed fast beneath the surface, there was no ice at all.

Þar sem vatn rann hratt undir yfirborðinu var enginn ís yfir höfuð.

Day after day, the same routine repeated without end.

Dag eftir dag endurtók sama rútínan sig án enda.

Buck toiled endlessly in the reins from dawn until night.

Buck stritaði endalaust í taumunum frá dögun til kvölds.

They left camp in the dark, long before the sun had risen.

Þau yfirgáfu tjaldbúðirnar í myrkrinu, löngu áður en sólin var komin upp.

By the time daylight came, many miles were already behind them.

Þegar dagsbirta rann voru margar mílur þegar að baki þeim.

They pitched camp after dark, eating fish and burrowing into snow.

Þau settu upp tjaldbúðir eftir að myrkrið skall á, borðuðu fisk og grófu sig í snjó.

Buck was always hungry and never truly satisfied with his ration.

Buck var alltaf svangur og aldrei alveg ánægður með matinn sinn.

He received a pound and a half of dried salmon each day.

Hann fékk eitt og hálft pund af þurrkuðum laxi á hverjum degi.

But the food seemed to vanish inside him, leaving hunger behind.

En maturinn virtist hverfa innra með honum og skildi hungrið eftir.

He suffered from constant pangs of hunger, and dreamed of more food.

Hann þjáðist af stöðugum hungurkvölum og dreymdi um meiri mat.

The other dogs got only one pound of food, but they stayed strong.

Hinir hundarnir fengu aðeins eitt pund af mat, en þeir héldu áfram að vera sterkir.

They were smaller, and had been born into the northern life.

Þau voru minni og höfðu fæðst inn í lífið á norðlægum slóðum.

He swiftly lost the fastidiousness which had marked his old life.

Hann missti fljótt þá nákvæmni sem hafði einkennt fyrra líf hans.

He had been a dainty eater, but now that was no longer possible.

Hann hafði verið mikill matarlystarmaður, en nú var það ekki lengur mögulegt.

His mates finished first and robbed him of his unfinished ration.

Félagar hans kláruðu fyrstir og rændu honum ókláruðum skammti hans.

Once they began there was no way to defend his food from them.

Þegar þeir voru byrjaðir var engin leið að verja matinn hans fyrir þeim.

While he fought off two or three dogs, the others stole the rest.

Á meðan hann barðist við tvo eða þrjá hunda, stálu hinir afganginum.

To fix this, he began eating as fast as the others ate.

Til að laga þetta byrjaði hann að borða jafn hratt og hinir borðuðu.

Hunger pushed him so hard that he even took food not his own.

Hungrið ýtti svo mikið undir hann að hann borðaði jafnvel mat sem ekki var hans eigin.

He watched the others and learned quickly from their actions.

Hann fylgdist með hinum og lærði fljótt af gjörðum þeirra.

He saw Pike, a new dog, steal a slice of bacon from Perrault.

Hann sá Pike, nýjan hund, stela beikonsneið frá Perrault.

Pike had waited until Perrault's back was turned to steal the bacon.

Pike hafði beðið þangað til Perrault hafði snúið baki við til að stela beikoninu.

The next day, Buck copied Pike and stole the whole chunk.

Daginn eftir hermdi Buck eftir Pike og stal öllum klumpnum.

A great uproar followed, but Buck was not suspected.

Mikil uppnámi fylgdi í kjölfarið, en Buck var ekki grunaður.

Dub, a clumsy dog who always got caught, was punished instead.

Dub, klaufalegur hundur sem alltaf var gripinn, var refsað í staðinn.

That first theft marked Buck as a dog fit to survive the North.

Þessi fyrsti þjófnaður markaði Buck sem hund sem hæfan til að lifa af í norðri.

He showed he could adapt to new conditions and learn quickly.

Hann sýndi að hann gat aðlagað sig að nýjum aðstæðum og lært hratt.

Without such adaptability, he would have died swiftly and badly.

Án slíkrar aðlögunarhæfni hefði hann dáið hratt og illa.

It also marked the breakdown of his moral nature and past values.

Það markaði einnig niðurbrot siðferðislegs eðlis hans og fyrri gildi.

In the Southland, he had lived under the law of love and kindness.

Á Suðurlandi hafði hann lifað undir lögmáli kærleika og góðvildar.

There it made sense to respect property and other dogs' feelings.

Þar var skynsamlegt að virða eignir og tilfinningar annarra hunda.

But the Northland followed the law of club and the law of fang.

En Norðurlandið fylgdi lögum um kylfu og lögum um vígtennur.

Whoever respected old values here was foolish and would fail.

Sá sem virti gömul gildi hér var heimskur og myndi mistakast.

Buck did not reason all this out in his mind.

Buck hugsaði ekki allt þetta út í huga sér.

He was fit, and so he adjusted without needing to think.

Hann var í formi og aðlagaði sig því án þess að þurfa að hugsa.

All his life, he had never run away from a fight.

Alla ævi hafði hann aldrei flúið bardaga.

But the wooden club of the man in the red sweater changed that rule.

En trékylfan hjá manninum í rauða peysunni breytti þeirri reglu.

Now he followed a deeper, older code written into his being.

Nú fylgdi hann dýpri, eldri kóða sem var ritaður í veru hans.

He did not steal out of pleasure, but from the pain of hunger.

Hann stal ekki af ánægju, heldur af hungursneyð.

He never robbed openly, but stole with cunning and care.

Hann rændi aldrei opinberlega, heldur stal af lævísi og gætni.

He acted out of respect for the wooden club and fear of the fang.

Hann gerði það af virðingu fyrir trékylfunni og ótta við vígtennuna.

In short, he did what was easier and safer than not doing it.

Í stuttu máli gerði hann það sem var auðveldara og öruggara en að gera það ekki.

His development—or perhaps his return to old instincts—was fast.

Þroski hans — eða kannski afturhvarf hans til gamalla eðlishvöta — var hraður.

His muscles hardened until they felt as strong as iron.

Vöðvarnir hans harðnuðu þar til þeir voru eins sterkir og járn.

He no longer cared about pain, unless it was serious.

Hann var ekki lengur hræddur við sársaukann, nema hann væri alvarlegur.

He became efficient inside and out, wasting nothing at all.

Hann varð duglegur að innan sem utan og sóaði engu.

He could eat things that were vile, rotten, or hard to digest.

Hann gat borðað það sem var viðurstyggilegt, rotið eða erfitt að melta.

Whatever he ate, his stomach used every last bit of value.

Hvað sem hann át, þá notaði maginn hans hverja einustu bita af verðmætum.

His blood carried the nutrients far through his powerful body.

Blóð hans bar næringarefnin langt um allan öfluga líkama hans.

This built strong tissues that gave him incredible endurance.

Þetta byggði upp sterka vefi sem gáfu honum ótrúlega þolgæði.

His sight and smell became much more sensitive than before.

Sjón hans og lyktarskyn urðu miklu næmari en áður.

His hearing grew so sharp he could detect faint sounds in sleep.

Heyrn hans varð svo skarp að hann gat greint dauf hljóð í svefni.

He knew in his dreams whether the sounds meant safety or danger.

Hann vissi í draumum sínum hvort hljóðin þýddu öryggi eða hættu.

He learned to bite the ice between his toes with his teeth.

Hann lærði að bíta ísinn á milli tánna með tönnunum.

If a water hole froze over, he would break the ice with his legs.

Ef vatnsból fraus yfir, braut hann ísinn með fótunum.

He reared up and struck the ice hard with stiff front limbs.

Hann reis á fætur og sló fast í ísinn með stífum framfótum.

His most striking ability was predicting wind changes overnight.

Helsta hæfileiki hans var að spá fyrir um vindbreytingar á nóttunni.

Even when the air was still, he chose spots sheltered from wind.

Jafnvel þegar kyrrt var í loftinu valdi hann staði sem voru skjólgóðir fyrir vindi.

Wherever he dug his nest, the next day's wind passed him by.

Hvar sem hann gróf hreiður sitt, fór vindurinn næsta dag fram hjá honum.

He always ended up snug and protected, to leeward of the breeze.

Hann endaði alltaf hlýlega og varinn, í leysingunni frá vindinum.

Buck not only learned by experience—his instincts returned too.

Buck lærði ekki aðeins af reynslunni — eðlishvötin kom líka aftur.

The habits of domesticated generations began to fall away.

Venjur tamdra kynslóða fóru að falla úr gildi.

In vague ways, he remembered the ancient times of his breed.

Á óljósan hátt minntist hann fornaldar kynþáttar síns.

He thought back to when wild dogs ran in packs through forests.

Hann hugsaði til baka til þess tíma þegar villihundar hlupu í hópum um skóga.

They had chased and killed their prey while running it down.

Þeir höfðu elt bráð sína og drepið hana á meðan þeir eltu hana.

It was easy for Buck to learn how to fight with tooth and speed.

Það var auðvelt fyrir Buck að læra að berjast með tönn og hraða.

He used cuts, slashes, and quick snaps just like his ancestors.

Hann notaði skurði, rista og snögga smellu rétt eins og forfeður hans.

Those ancestors stirred within him and awoke his wild nature.

Þessir forfeður hrærðust í honum og vöktu villta eðli hans.

Their old skills had passed into him through the bloodline.

Gamlir hæfileikar þeirra höfðu erfst til hans í gegnum ættlínuna.

Their tricks were his now, with no need for practice or effort.

Brellur þeirra voru nú hans, án þess að þörf væri á æfingu eða fyrirhöfn.

On still, cold nights, Buck lifted his nose and howled.

Á köldum, köldum nóttum lyfti Buck nefinu og ýlfraði.

He howled long and deep, the way wolves had done long ago.

Hann ýlfraði langt og djúpt, eins og úlfar höfðu gert fyrir löngu síðan.

Through him, his dead ancestors pointed their noses and howled.

Í gegnum hann bentu látnir forfeður hans nefinu og úlfuðu.

They howled down through the centuries in his voice and shape.

Þau úlfuðu niður í gegnum aldirnar í röddu hans og lögun.

His cadences were theirs, old cries that told of grief and cold.

Rytmar hans voru þeirra, gömul óp sem sögðu frá sorg og kulda.

They sang of darkness, of hunger, and the meaning of winter.

Þau sungu um myrkrið, um hungur og merkingu vetrarins.

Buck proved of how life is shaped by forces beyond oneself,

Buck sannaði hvernig lífið er mótað af kröftum utan manns sjálfs,

the ancient song rose through Buck and took hold of his soul.

Hin forni söngur reis upp í gegnum Buck og náði tökum á sál hans.

He found himself because men had found gold in the North.

Hann fann sjálfan sig vegna þess að menn höfðu fundið gull í norðri.

And he found himself because Manuel, the gardener's helper, needed money.

Og hann fann sig vegna þess að Manuel, aðstoðarmaður garðyrkjumannsins, þurfti peninga.

The Dominant Primordial Beast
Ríkjandi frumdýrið

The dominant primordial beast was as strong as ever in Buck.
Ríkjandi frumdýrið var jafn sterkt og alltaf í Buck.
But the dominant primordial beast had lain dormant in him.
En ríkjandi frumdýrið hafði legið í dvala í honum.
Trail life was harsh, but it strengthened beast inside Buck.
Lífið á gönguleiðinni var hart, en það styrkti skepnuna innra með Buck.
Secretly the beast grew stronger and stronger every day.
Leynilega varð skepnan sterkari og sterkari með hverjum deginum.
But that inner growth stayed hidden to the outside world.
En þessi innri vöxtur var falinn fyrir umheiminum.
A quiet and calm primordial force was building inside Buck.
Rólegur og rólegur frumkraftur var að myndast innra með Buck.
New cunning gave Buck balance, calm control, and poise.
Ný slægð gaf Buck jafnvægi, ró og stjórn.
Buck focused hard on adapting, never feeling fully relaxed.
Buck einbeitti sér mikið að því að aðlagast og fann sig aldrei alveg afslappaðan.
He avoided conflict, never starting fights, nor seeking trouble.
Hann forðaðist átök, byrjaði aldrei rifrildi né leitaði vandræða.
A slow, steady thoughtfulness shaped Buck's every move.
Hæg og jöfn hugsun mótaði hverja hreyfingu Bucks.
He avoided rash choices and sudden, reckless decisions.
Hann forðaðist fljótfærnislegar ákvarðanir og skyndilegar, gálausar ákvarðanir.
Though Buck hated Spitz deeply, he showed him no aggression.
Þótt Buck hataði Spitz innilega sýndi hann honum enga árásargirni.
Buck never provoked Spitz, and kept his actions restrained.

Buck ögraði Spitz aldrei og hélt hófi sínu.

Spitz, on the other hand, sensed the growing danger in Buck.

Spitz, hins vegar, skynjaði vaxandi hættu steðjað að Buck.

He saw Buck as a threat and a serious challenge to his power.

Hann leit á Buck sem ógn og alvarlega áskorun við völd sín.

He used every chance to snarl and show his sharp teeth.

Hann notaði hvert tækifæri til að urra og sýna hvassar tennurnar sínar.

He was trying to start the deadly fight that had to come.

Hann var að reyna að hefja þá banvænu baráttu sem átti eftir að koma.

Early in the trip, a fight nearly broke out between them.

Snemma í ferðinni var næstum því komið til slagsmála á milli þeirra.

But an unexpected accident stopped the fight from happening.

En óvænt slys kom í veg fyrir að átökin hefðu átt sér stað.

That evening they set up camp on the bitterly cold Lake Le Barge.

Um kvöldið settu þau upp tjaldbúðir við hið bitrandi kalda Le Barge-vatn.

The snow was falling hard, and the wind cut like a knife.

Snjórinn var að falla og vindurinn skar eins og hnífur.

The night had come too fast, and darkness surrounded them.

Nóttin kom of hratt og myrkrið umlukti þau.

They could hardly have chosen a worse place for rest.

Þau hefðu varla getað valið sér verri hvíldarstað.

The dogs searched desperately for a place to lie down.

Hundarnir leituðu örvæntingarfullir að stað til að leggjast niður.

A tall rock wall rose steeply behind the small group.

Hár klettaveggur reis bratt fyrir aftan litla hópinn.

The tent had been left behind in Dyea to lighten the load.

Tjaldið hafði verið skilið eftir í Dyea til að létta álagið.

They had no choice but to make the fire on the ice itself.

Þeir höfðu ekkert annað val en að kveikja eldinn á ísnum sjálfum.

They spread their sleeping robes directly on the frozen lake.

Þau breiddu svefnföt sín beint á islagða vatnið.

A few sticks of driftwood gave them a little bit of fire.

Nokkrir rekaviðarstafir gáfu þeim smá eld.

But the fire was built on the ice, and thawed through it.

En eldurinn var kveiktur á ísnum og þiðnaði í gegnum hann.

Eventually they were eating their supper in darkness.

Loksins borðuðu þau kvöldmatinn sinn í myrkri.

Buck curled up beside the rock, sheltered from the cold wind.

Buck krullaði sig saman við klettinn, skjólgóð fyrir köldum vindinum.

The spot was so warm and safe that Buck hated to move away.

Staðurinn var svo hlýr og öruggur að Buck hataði að flytja í burtu.

But François had warmed the fish and was handing out rations.

En François hafði hitað fiskinn og var að úthluta matarskammti.

Buck finished eating quickly, and returned to his bed.

Buck lauk fljótt við að borða og fór aftur upp í rúmið sitt.

But Spitz was now laying where Buck had made his bed.

En Spitz lá nú þar sem Buck hafði búið um rúmið sitt.

A low snarl warned Buck that Spitz refused to move.

Lágt urr varaði Buck við því að Spitz neitaði að hreyfa sig.

Until now, Buck had avoided this fight with Spitz.

Þangað til nú hafði Buck forðast þessa baráttu við Spitz.

But deep inside Buck the beast finally broke loose.

En djúpt inni í Buck braust skepnan loksins laus.

The theft of his sleeping place was too much to tolerate.

Þjófnaðurinn á svefnplássi hans var of mikið til að þola.

Buck launched himself at Spitz, full of anger and rage.

Buck stökk á Spitz, fullur reiði og bræði.

Up until not Spitz had thought Buck was just a big dog.

Þangað til ekki hafði Spitz haldið að Buck væri bara stór hundur.

He didn't think Buck had survived through his spirit.

Hann hélt ekki að Buck hefði lifað af í gegnum anda sinn.

He was expecting fear and cowardice, not fury and revenge.

Hann bjóst við ótta og hugleysi, ekki reiði og hefnd.

François stared as both dogs burst from the ruined nest.

François starði á meðan báðir hundarnir stukku úr rústuðu hreiðrinu.

He understood at once what had started the wild struggle.

Hann skildi þegar í stað hvað hafði hrundið af stað þessari villtu baráttu.

"A-a-ah!" François cried out in support of the brown dog.

„A-a!" hrópaði François til stuðnings brúna hundinum.

"Give him a beating! By God, punish that sneaky thief!"

„Látið hann berja! Fyrir Guði, refsið þessum lævísa þjófi!"

Spitz showed equal readiness and wild eagerness to fight.

Spitz sýndi jafnan vilja og mikinn ákafa til að berjast.

He cried out in rage while circling fast, seeking an opening.

Hann hrópaði upp af reiði á meðan hann hringdi hratt í leit að opnun.

Buck showed the same hunger to fight, and the same caution.

Buck sýndi sömu baráttuþrá og sömu varúð.

He circled his opponent as well, trying to gain the upper hand in battle.

Hann hringdi líka í kringum andstæðing sinn og reyndi að ná yfirhöndinni í bardaganum.

Then something unexpected happened and changed everything.

Þá gerðist eitthvað óvænt og breytti öllu.

That moment delayed the eventual fight for the leadership.

Sú stund tafði fyrir endanlegri baráttu um forystuna.

Many miles of trail and struggle still waited before the end.

Margar kílómetra af slóð og barátta biðu enn fyrir endalokunum.

Perrault shouted an oath as a club smacked against bone.

Perrault hrópaði eið þegar kylfa lamdi við bein.

A sharp yelp of pain followed, then chaos exploded all around.

Skarpt sársaukaóp fylgdi í kjölfarið, síðan braust út ringulreið allt í kring.

Dark shapes moved in camp; wild huskies, starved and fierce.

Dökkar verur hreyfðust í búðunum; villtir huskyr, sveltir og grimmir.

Four or five dozen huskies had sniffed the camp from far away.

Fjórir eða fimm tugir husky-hunda höfðu þefað af búðunum úr fjarlægð.

They had crept in quietly while the two dogs fought nearby.

Þeir höfðu laumast hljóðlega inn á meðan hundarnir tveir börðust í grenndinni.

François and Perrault charged, swinging clubs at the invaders.

François og Perrault réðust á og sveifluðu kylfum að innrásarhermum.

The starving huskies showed teeth and fought back in frenzy.

Sveltandi husky-hundarnir sýndu tennurnar og börðust á móti í ofboði.

The smell of meat and bread had driven them past all fear.

Lyktin af kjöti og brauði hafði hrætt þau yfir allan ótta.

Perrault beat a dog that had buried its head in the grub-box.

Perrault barði hund sem hafði grafið höfuðið í matarkistuna.

The blow hit hard, and the box flipped, food spilling out.

Höggið var hart og kassinn hvolfdi og matur lak út.

In seconds, a score of wild beasts tore into the bread and meat.

Á nokkrum sekúndum rifuðu tugir villidýra í brauðið og kjötið.

The men's clubs landed blow after blow, but no dog turned away.

Karlaklúbbarnir lentu högg á fætur öðru, en enginn hundur sneri sér undan.

They howled in pain, but fought until no food remained.

Þau úlfuðu af sársauka en börðust þar til enginn matur var eftir.

Meanwhile, the sled-dogs had jumped from their snowy beds.

Á meðan höfðu sleðahundarnir stokkið úr snjóþöktum rúmum sínum.

They were instantly attacked by the vicious hungry huskies.

Þeir voru þegar í stað ráðist af grimmilegum, svöngum husky-hundum.

Buck had never seen such wild and starved creatures before.

Buck hafði aldrei séð svona villtar og sveltar skepnur áður.

Their skin hung loose, barely hiding their skeletons.

Húðin á þeim hékk laus og huldi varla beinagrindurnar.

There was a fire in their eyes, from hunger and madness

Í augum þeirra logaði eldur, af hungri og brjálæði

There was no stopping them; no resisting their savage rush.

Ekkert var hægt að stöðva þá; enginn gat veitt þeim mótspyrnu gegn grimmd þeirra.

The sled-dogs were shoved back, pressed against the cliff wall.

Sleðahundarnir voru ýttir til baka, þrýstir upp að klettaveggnum.

Three huskies attacked Buck at once, tearing into his flesh.

Þrír huskyhundar réðust á Buck í einu og rifu í hold hans.

Blood poured from his head and shoulders, where he'd been cut.

Blóð rann úr höfði hans og öxlum, þar sem hann hafði verið skorinn.

The noise filled the camp; growling, yelps, and cries of pain.

Hávaðinn fyllti búðirnar; urr, æp og sársaukaóp.

Billee cried loudly, as usual, caught in the fray and panic.

Billee grét hátt, eins og venjulega, gripinn af átökunum og óttanum.

Dave and Solleks stood side by side, bleeding but defiant.

Dave og Solleks stóðu hlið við hlið, blóðugir en þrjóskir.

Joe fought like a demon, biting anything that came close.

Joe barðist eins og djöfull og beit allt sem kom nálægt.

He crushed a husky's leg with one brutal snap of his jaws.

Hann kramið fót á husky-hundi með einu hrottalegu kjálkaknissmelli.

Pike jumped on the wounded husky and broke its neck instantly.

Pikka stökk á særða husky-hundinn og braut hann samstundis hálsinn.

Buck caught a husky by the throat and ripped through the vein.

Buck greip hes hund í hálsinn og reif í gegnum æðina.

Blood sprayed, and the warm taste drove Buck into a frenzy.

Blóð sprautaðist og heita bragðið gerði Buck æstan.

He hurled himself at another attacker without hesitation.

Hann kastaði sér án þess að hika við að ráðast á annan árásarmann.

At the same moment, sharp teeth dug into Buck's own throat.

Á sama augnabliki grófu hvassar tennur sig í háls Bucks.

Spitz had struck from the side, attacking without warning.

Spitz hafði skotið til hliðar og ráðist á án viðvörunar.

Perrault and François had defeated the dogs stealing the food.

Perrault og François höfðu sigrað hundana sem stálu matnum.

Now they rushed to help their dogs fight back the attackers.

Nú hlupu þau til að hjálpa hundunum sínum að berjast gegn árásarmönnum.

The starving dogs retreated as the men swung their clubs.

Sveltandi hundarnir hörfuðu á meðan mennirnir sveifluðu kylfunum sínum.

Buck broke free from the attack, but the escape was brief.

Buck slapp undan árásinni en flóttinn var skammur.

The men ran to save their dogs, and the huskies swarmed again.

Mennirnir hlupu til að bjarga hundunum sínum og husky-
hundarnir þyrptust aftur að.

Billee, frightened into bravery, leapt into the pack of dogs.

Billee, hræddur og hugrakkur, stökk inn í hundahópinn.

But then he fled across the ice, in raw terror and panic.

En þá flúði hann yfir ísinn, í ótta og læti.

Pike and Dub followed close behind, running for their lives.

Pike og Dub fylgdu fast á eftir og hlupu fyrir líf sitt.

**The rest of the team broke and scattered, following after
them.**

Restin af liðinu hrundi og dreifðist, á eftir þeim.

Buck gathered his strength to run, but then saw a flash.

Buck safnaði kröftum sínum til að hlaupa, en sá þá leifturljós.

**Spitz lunged at Buck's side, trying to knock him to the
ground.**

Spitz stökk að hlið Bucks og reyndi að fella hann.

Under that mob of huskies, Buck would have had no escape.

Undir þessum hópi husky-hunda hefði Buck enga
undankomuleið átt.

But Buck stood firm and braced for the blow from Spitz.

En Buck stóð fastur og bjó sig undir höggið frá Spitz.

**Then he turned and ran out onto the ice with the fleeing
team.**

Þá sneri hann sér við og hljóp út á ísinn með flóttaliðinu.

**Later, the nine sled-dogs gathered in the shelter of the
woods.**

Seinna söfnuðust sleðahundarnir níu saman í skjóli skógarins.

**No one chased them anymore, but they were battered and
wounded.**

Enginn elti þá lengur, en þeir voru barðir og særðir.

Each dog had wounds; four or five deep cuts on every body.

Hver hundur var með sár; fjóra eða fimm djúpa skurði á
hverjum líkama.

Dub had an injured hind leg and struggled to walk now.

Dub var með meiðsli á afturfóti og átti erfitt með að ganga
núna.

Dolly, the newest dog from Dyea, had a slashed throat.

Dolly, nýjasti hundurinn frá Dyea, var með skurð á hálsi.

Joe had lost an eye, and Billee's ear was cut to pieces

Joe hafði misst augað og eyrað á Billee var skorið í sundur.

All the dogs cried in pain and defeat through the night.

Allir hundarnir grétu af sársauka og ósigri alla nóttina.

At dawn they crept back to camp, sore and broken.

Í dögun læddust þeir aftur til búðanna, sárir og sundraðir.

The huskies had vanished, but the damage had been done.

Huskí-hundarnir voru horfnir en skaðinn var skeður.

Perrault and François stood in foul moods over the ruin.

Perrault og François stóðu í vondu skapi yfir rústunum.

Half of the food was gone, snatched by the hungry thieves.

Helmingurinn af matnum var horfinn, rændur af svöngum þjófum.

The huskies had torn through sled bindings and canvas.

Huskí-hundarnir höfðu rifið sig í gegnum sleðabindingar og striga.

Anything with a smell of food had been devoured completely.

Allt sem lyktaði af mat hafði verið gjörsamlega étið upp.

They ate a pair of Perrault's moose-hide traveling boots.

Þau átu par af ferðastígvélum Perraults úr elgskinn.

They chewed leather reis and ruined straps beyond use.

Þau tuggðu leðurreimar og eyðilögðu ólar sem voru ónýtir.

François stopped staring at the torn lash to check the dogs.

François hætti að stara á rifin augnhár til að athuga hundana.

"Ah, my friends," he said, his voice low and filled with worry.

„Æ, vinir mínir," sagði hann lágt og áhyggjufullur.

"Maybe all these bites will turn you into mad beasts."

„Kannski breyta öll þessi bit ykkur í brjálaðar skepnur."

"Maybe all mad dogs, sacredam! What do you think, Perrault?"

„Kannski allir brjálaðir hundar, heilagur maður! Hvað heldurðu, Perrault?"

Perrault shook his head, eyes dark with concern and fear.

Perrault hristi höfuðið, augun dökk af áhyggjum og ótta.

Four hundred miles still lay between them and Dawson.

Fjögur hundruð mílur voru enn á milli þeirra og Dawsons.

Dog madness now could destroy any chance of survival.

Hundaæði gæti nú eyðilagt alla möguleika á að lifa af.

They spent two hours swearing and trying to fix the gear.

Þau eyddu tveimur klukkustundum í að blótsyrða og reyna að laga búnaðinn.

The wounded team finally left the camp, broken and defeated.

Særða liðið yfirgaf loksins búðirnar, brotið og sigrað.

This was the hardest trail yet, and each step was painful.

Þetta var erfiðasta leiðin hingað til og hvert skref var sársaukafullt.

The Thirty Mile River had not frozen, and was rushing wildly.

Þrjátíu mílna áin hafði ekki frosið og fossaði villt.

Only in calm spots and swirling eddies did ice manage to hold.

Aðeins á kyrrum stöðum og í hvirfilvindum tókst ísnum að haldast.

Six days of hard labor passed until the thirty miles were done.

Sex dagar af erfiðri vinnu liðu þar til þrjátíu mílurnar voru unnar.

Each mile of the trail brought danger and the threat of death.

Hver kílómetri af slóðinni bar með sér hættu og ógn um dauða.

The men and dogs risked their lives with every painful step.

Mennirnir og hundarnir hættu lífi sínu með hverju sársaukafullu skrefi.

Perrault broke through thin ice bridges a dozen different times.

Perrault braust í gegnum þunnar ísbrýr tylft sinnum.

He carried a pole and let it fall across the hole his body made.

Hann bar stöng og lét hana falla þvert yfir gatið sem líkami hans gerði.

More than once did that pole save Perrault from drowning.

Oftar en einu sinni bjargaði sú stöng Perrault frá drukknun.

The cold snap held firm, the air was fifty degrees below zero.

Kuldakastið hélst fast, loftið var fimmtíu gráður undir frostmarki.

Every time he fell in, Perrault had to light a fire to survive.

Í hvert skipti sem hann féll ofan í varð Perrault að kveikja eld til að lifa af.

Wet clothing froze fast, so he dried them near blazing heat.

Blaut föt frusu hratt, svo hann þurrkaði þau nálægt brennandi hita.

No fear ever touched Perrault, and that made him a courier.

Perrault kæmi aldrei til ótta og það gerði hann að sendiboða.

He was chosen for danger, and he met it with quiet resolve.

Hann var valinn til að takast á við hættuna og hann mætti henni með rólegri einbeitni.

He pressed forward into wind, his shriveled face frostbitten.

Hann hélt áfram gegn vindinum, visnað andlit hans frostbitið.

From faint dawn to nightfall, Perrault led them onward.

Frá daufri dögun til myrkurs leiddi Perrault þá áfram.

He walked on narrow rim ice that cracked with every step.

Hann gekk á þröngum ísbrúnum sem sprakk við hvert skref.

They dared not stop—each pause risked a deadly collapse.

Þau þorðu ekki að stoppa — hver þögn leiddi til banvæns hruns.

One time the sled broke through, pulling Dave and Buck in.

Einu sinni braut sleðinn í gegn og dró Dave og Buck inn.

By the time they were dragged free, both were near frozen.

Þegar þeim var dregið lausum voru þau bæði næstum frosin.

The men built a fire quickly to keep Buck and Dave alive.

Mennirnir kveiktu eld í flýti til að halda Buck og Dave á lífi.

The dogs were coated in ice from nose to tail, stiff as carved wood.

Hundarnir voru þaktir ís frá nefi til hala, stífir eins og útskornir trésteinar.

The men ran them in circles near the fire to thaw their bodies.

Mennirnir hlupu þeim í hringi nálægt eldinum til að þíða lík þeirra.

They came so close to the flames that their fur was singed.

Þau komu svo nálægt eldinum að feldurinn á þeim sviðnaði.

Spitz broke through the ice next, dragging in the team behind him.

Spitz braust næst í gegnum ísinn og dró liðið á eftir sér.

The break reached all the way up to where Buck was pulling.

Brotið náði alla leið upp að þar sem Buck var að toga.

Buck leaned back hard, paws slipping and trembling on the edge.

Buck hallaði sér fast aftur, lopparnir runnu og titruðu á brúninni.

Dave also strained backward, just behind Buck on the line.

Dave teygði sig einnig aftur á bak, rétt fyrir aftan Buck á línunni.

François hauled on the sled, his muscles cracking with effort.

François dró sleðann upp á sér, vöðvarnir sprungu af áreynslu.

Another time, rim ice cracked before and behind the sled.

Öðru sinni sprungu brúnís fyrir framan og aftan sleðann.

They had no way out except to climb a frozen cliff wall.

Þau höfðu enga leið út nema að klífa upp frosinn klettavegg.

Perrault somehow climbed the wall; a miracle kept him alive.

Perrault klifraði einhvern veginn upp vegginn; kraftaverk hélt honum á lífi.

François stayed below, praying for the same kind of luck.

François dvaldi niðri og bað um sömu gæfu.

They tied every strap, lashing, and trace into one long rope.

Þeir bundu allar ólar, festingar og sneiðar í eitt langt reipi.

The men hauled each dog up, one at a time to the top.
Mennirnir drógu hvern hundinn upp, einn í einu, upp á toppinn.
François climbed last, after the sled and the entire load.
François klifraði síðastur upp, á eftir sleðanum og öllum farminum.
Then began a long search for a path down from the cliffs.
Þá hófst löng leit að leið niður af klettunum.
They finally descended using the same rope they had made.
Loksins fóru þau niður með sama reipinu og þau höfðu búið til.
Night fell as they returned to the riverbed, exhausted and sore.
Nóttin skall á þegar þau sneru aftur að árfarveginum, úrvinda og aumingja.
They had taken a full day to cover only a quarter of a mile.
Þau höfðu notað heilan dag til að leggja aðeins fjórðung mílu að baki.
By the time they reached the Hootalinqua, Buck was worn out.
Þegar þau komu að Hootalinqua var Buck úrvinda.
The other dogs suffered just as badly from the trail conditions.
Hinir hundarnir þjáðust alveg eins illa af aðstæðunum á gönguleiðinni.
But Perrault needed to recover time, and pushed them on each day.
En Perrault þurfti að endurheimta tímann og ýtti þeim áfram á hverjum degi.
The first day they traveled thirty miles to Big Salmon.
Fyrsta daginn ferðuðust þau þrjátíu mílur til Big Salmon.
The next day they travelled thirty-five miles to Little Salmon.
Daginn eftir ferðuðust þau þrjátíu og fimm mílur til Little Salmon.
On the third day they pushed through forty long frozen miles.

Á þriðja degi óku þau í gegnum fjörutíu langar, frosnar mílur.
By then, they were nearing the settlement of Five Fingers.
Þá voru þeir að nálgast byggðina Five Fingers.

Buck's feet were softer than the hard feet of native huskies.
Fætur Bucks voru mýkri en harðir fætur innfæddra
huskyhunda.
His paws had grown tender over many civilized generations.
Löppurnar hans höfðu orðið mjúkar í gegnum margar
siðmenntaðar kynslóðir.
**Long ago, his ancestors had been tamed by river men or
hunters.**
Fyrir löngu síðan höfðu forfeður hans verið temdir af
árfarvegsmönnum eða veiðimönnum.
**Every day Buck limped in pain, walking on raw, aching
paws.**
Á hverjum degi haltraði Buck af sársauka og gekk á hráum,
aumum loppum.
At camp, Buck dropped like a lifeless form upon the snow.
Í tjaldbúðunum féll Buck niður eins og líflaus vera ofan í
snjóinn.
Though starving, Buck did not rise to eat his evening meal.
Þótt Buck væri svangur vaknaði hann ekki til að borða
kvöldmatinn.
François brought Buck his ration, laying fish by his muzzle.
François færði Buck fóður sinn og lagði fisk við trýni hans.
Each night the driver rubbed Buck's feet for half an hour.
Á hverju kvöldi nuddaði bílstjórinn fætur Bucks í hálftíma.
**François even cut up his own moccasins to make dog
footwear.**
François skar meira að segja niður sín eigin mokkasínur til að
búa til hundaskó.
Four warm shoes gave Buck a great and welcome relief.
Fjórir hlýir skór veittu Buck mikla og kærkomna létti.
**One morning, François forgot the shoes, and Buck refused to
rise.**

Einn morgun gleymdi François skónum sínum og Buck neitaði að standa upp.

Buck lay on his back, feet in the air, waving them pitifully.

Buck lá á bakinu, fæturnir í loftinu og veifaði þeim aumkunarvert.

Even Perrault grinned at the sight of Buck's dramatic plea.

Jafnvel Perrault brosti við sjónina af dramatískri bæn Bucks.

Soon Buck's feet grew hard, and the shoes could be discarded.

Fljótlega urðu fætur Bucks harðir og hægt var að henda skónum.

At Pelly, during harness time, Dolly let out a dreadful howl.

Þegar Pelly var í beislinu, kvað Dolly við hræðilegu úlfsæði.

The cry was long and filled with madness, shaking every dog.

Ópið var langt og fullt af brjálæði og skók alla hundana.

Each dog bristled in fear without knowing the reason.

Hver hundur hræddist án þess að vita ástæðuna.

Dolly had gone mad and hurled herself straight at Buck.

Dolly var orðin brjáluð og kastaði sér beint á Buck.

Buck had never seen madness, but horror filled his heart.

Buck hafði aldrei séð brjálæði, en hryllingur fyllti hjarta hans.

With no thought, he turned and fled in absolute panic.

Án þess að hugsa sig um sneri hann sér við og flúði í algjöru ofboði.

Dolly chased him, her eyes wild, saliva flying from her jaws.

Dolly elti hann, augun villt, munnvatnið flaug úr kjálkunum á henni.

She kept right behind Buck, never gaining and never falling back.

Hún hélt sig alveg á eftir Buck, náði aldrei á sig né hörfaði.

Buck ran through woods, down the island, across jagged ice.

Buck hljóp gegnum skóg, niður eyjuna, yfir ógegnsæjan ís.

He crossed to an island, then another, circling back to the river.

Hann fór yfir að eyju, síðan annarri, og sneri aftur að ánni.

Still Dolly chased him, her growl close behind at every step.

Dolly elti hann samt sem áður, urraði fast á eftir henni við hvert fótmál.

Buck could hear her breath and rage, though he dared not look back.

Buck heyrði andardrátt hennar og reiði, þótt hann þorði ekki að líta um öxl.

François shouted from afar, and Buck turned toward the voice.

François hrópaði úr fjarlægð og Buck sneri sér að röddinni.

Still gasping for air, Buck ran past, placing all hope in François.

Buck hljóp enn eftir andanum og setti alla sína von á François.

The dog-driver raised an axe and waited as Buck flew past.

Hundaeigandinn lyfti öxi og beið á meðan Buck flaug fram hjá.

The axe came down fast and struck Dolly's head with deadly force.

Öxin féll hratt niður og lenti í höfði Dollýjar með banvænum krafti.

Buck collapsed near the sled, wheezing and unable to move.

Buck hneig niður nálægt sleðanum, hvæsandi andardráttur og gat ekki hreyft sig.

That moment gave Spitz his chance to strike an exhausted foe.

Þessi stund gaf Spitz tækifæri til að ráðast á þreyttan óvin.

Twice he bit Buck, ripping flesh down to the white bone.

Tvisvar beit hann Buck og reif hold niður að hvítu beinunum.

François's whip cracked, striking Spitz with full, furious force.

Svipa François brast og sló Spitz af fullum, heiftarlegum krafti.

Buck watched with joy as Spitz received his harshest beating yet.

Buck horfði gleðilega á meðan Spitz fékk sína hörðustu barsmíða hingað til.

"He's a devil, that Spitz," Perrault muttered darkly to himself.

„Hann er djöfull, þessi Spitz," muldraði Perrault dökkurlega við sjálfan sig.

"Someday soon, that cursed dog will kill Buck—I swear it."

„Einhvern tímann innan skamms mun þessi bölvaði hundur drepa Buck – ég sver það."

"That Buck has two devils in him," François replied with a nod.

„Það eru tveir djöflar í þessum Buck," svaraði François og kinkaði kolli.

"When I watch Buck, I know something fierce waits in him."

„Þegar ég horfi á Buck, veit ég að eitthvað grimmt bíður hans."

"One day, he'll get mad as fire and tear Spitz to pieces."

„Einn daginn verður hann brjálaður eins og eldur og rífur Spitz í sundur."

"He'll chew that dog up and spit him on the frozen snow."

„Hann mun tyggja hundinn í sig og spýta honum út í frosna snjóinn."

"Sure as anything, I know this deep in my bones."

„Jú, eins og allt annað, ég veit þetta innst inni."

From that moment forward, the two dogs were locked in war.

Frá þeirri stundu voru hundarnir tveir í stríði.

Spitz led the team and held power, but Buck challenged that.

Spitz leiddi liðið og hélt völdum, en Buck véfengdi það.

Spitz saw his rank threatened by this odd Southland stranger.

Spitz sá að þessi undarlegi ókunnugi maður frá Suðurlandi ógnaði stöðu sinni.

Buck was unlike any southern dog Spitz had known before.

Buck var ólíkur öllum öðrum suðrænum hundum sem Spitz hafði þekkt áður.

Most of them failed—too weak to live through cold and hunger.

Flestir þeirra mistókust — of veikir til að lifa af kulda og hungur.

They died fast under labor, frost, and the slow burn of famine.
Þau dóu hratt undan erfiði, frosti og hægfara bruna hungursneyðar.

Buck stood apart—stronger, smarter, and more savage each day.
Buck stóð upp úr — sterkari, klárari og grimmari með hverjum deginum.

He thrived on hardship, growing to match the northern huskies.
Hann dafnaði á erfiðleikum og óx upp til að jafna sig við norðurhluta husky-hundanna.

Buck had strength, wild skill, and a patient, deadly instinct.
Buck hafði styrk, ótrúlega færni og þolinmóður, dauðans eðlishvöt.

The man with the club had beaten rashness out of Buck.
Maðurinn með kylfuna hafði barið Buck til fanga.

Blind fury was gone, replaced by quiet cunning and control.
Blind reiði var horfin, í staðinn kom hljóðlát slægð og stjórn.

He waited, calm and primal, watching for the right moment.
Hann beið, rólegur og frumstæður, og vænti rétta augnabliksins.

Their fight for command became unavoidable and clear.
Barátta þeirra um yfirráð varð óhjákvæmileg og ljós.

Buck desired leadership because his spirit demanded it.
Buck þráði forystu vegna þess að andi hans krafðist hennar.

He was driven by the strange pride born of trail and harness.
Hann var knúinn áfram af þeim undarlega stolti sem fæddist af slóð og beisli.

That pride made dogs pull till they collapsed on the snow.
Þessi stolti fékk hunda til að draga sig þangað til þeir hrundu í snjónum.

Pride lured them into giving all the strength they had.
Stolt lokkaði þá til að gefa allan þann styrk sem þeir höfðu.

Pride can lure a sled-dog even to the point of death.
Stolt getur lokkað sleðahund jafnvel þangað til hann drepur hann.

Losing the harness left dogs broken and without purpose.
Að missa beislið skildi hundana eftir brotna og tilgangslausa.
The heart of a sled-dog can be crushed by shame when they retire.
Skömm getur kramið hjarta sleðahunds þegar hann fer á eftirlaun.
Dave lived by that pride as he dragged the sled from behind.
Dave lifði eftir þeim stolti þegar hann dró sleðann að aftan.
Solleks, too, gave his all with grim strength and loyalty.
Solleks gaf líka allt sem hann hafði af grimmd og tryggð.
Each morning, pride turned them from bitter to determined.
Á hverjum morgni breytti stoltið þeim úr biturleika í ákveðni.
They pushed all day, then dropped silent at the camp's end.
Þau ýttu á allan daginn og þögnuðu svo við enda búðanna.
That pride gave Spitz the strength to beat shirkers into line.
Þetta stolt gaf Spitz styrk til að komast á undan skjólstæðingum sem voru að skjóta sér niður.
Spitz feared Buck because Buck carried that same deep pride.
Spitz óttaðist Buck vegna þess að Buck bar með sér þennan sama djúpa stolt.
Buck's pride now stirred against Spitz, and he did not stop.
Stolt Bucks æsti sig nú gegn Spitz og hann hætti ekki.
Buck defied Spitz's power and blocked him from punishing dogs.
Buck óhlýðnaðist valdi Spitz og kom í veg fyrir að hann refsaði hundum.
When others failed, Buck stepped between them and their leader.
Þegar aðrir brugðust, steig Buck á milli þeirra og leiðtoga þeirra.
He did this with intent, making his challenge open and clear.
Hann gerði þetta af ásettu ráði, gerði áskorun sína opna og skýra.
On one night heavy snow blanketed the world in deep silence.

Eina nótt huldi þungur snjór heiminn í djúpri þögn.

The next morning, Pike, lazy as ever, did not rise for work.

Næsta morgun vaknaði Pike, latur eins og alltaf, ekki til vinnu.

He stayed hidden in his nest beneath a thick layer of snow.

Hann faldi sig í hreiðri sínu undir þykku snjólagi.

François called out and searched, but could not find the dog.

François kallaði og leitaði en fann ekki hundinn.

Spitz grew furious and stormed through the snow-covered camp.

Spitz æsti og þaut gegnum snæviþöktu búðirnar.

He growled and sniffed, digging madly with blazing eyes.

Hann urraði og þefaði, gróf eins og brjálæðingur með logandi augum.

His rage was so fierce that Pike shook under the snow in fear.

Reiði hans var svo mikil að Pike skalf undir snjónum af ótta.

When Pike was finally found, Spitz lunged to punish the hiding dog.

Þegar Pike fannst loksins, stökk Spitz til að refsa hundinum sem hafði falið sig.

But Buck sprang between them with a fury equal to Spitz's own.

En Buck stökk á milli þeirra með jafn mikilli reiði og Spitz sjálfur.

The attack was so sudden and clever that Spitz fell off his feet.

Árásin var svo skyndileg og snjöll að Spitz datt af fótunum.

Pike, who had been shaking, took courage from this defiance.

Pike, sem hafði verið að skjálfa, fann hugrekki í þessari þrjósku.

He leapt on the fallen Spitz, following Buck's bold example.

Hann stökk á fallna Spitz-hundinn og fylgdi djarfri fordæmi Bucks.

Buck, no longer bound by fairness, joined the strike on Spitz.

Buck, sem ekki lengur var bundinn af sanngirni, gekk til liðs við árásina á Spitz.

François, amused yet firm in discipline, swung his heavy lash.

François, skemmtur en samt ákveðinn í aga, sveiflaði þungu svipunni sinni.

He struck Buck with all his strength to break up the fight.

Hann sló Buck af öllum kröftum til að stöðva bardagann.

Buck refused to move and stayed atop the fallen leader.

Buck neitaði að hreyfa sig og hélt sig ofan á föllna leiðtoganum.

François then used the whip's handle, hitting Buck hard.

François notaði þá handfang svipunnar og sló Buck fast.

Staggering from the blow, Buck fell back under the assault.

Buck hrasaði eftir höggið og féll aftur undan árásinni.

François struck again and again while Spitz punished Pike.

François sló aftur og aftur á meðan Spitz refsaði Pike.

Days passed, and Dawson City grew nearer and nearer.

Dagarnir liðu og Dawson-borg óx og nær.

Buck kept interfering, slipping between Spitz and other dogs.

Buck hélt áfram að skipta sér af þessu og smeygði sér á milli Spitz og annarra hunda.

He chose his moments well, always waiting for François to leave.

Hann valdi stundirnar sínar vel, beið alltaf eftir að François færi.

Buck's quiet rebellion spread, and disorder took root in the team.

Hljóðlát uppreisn Bucks breiddist út og óreiðu festi rætur í liðinu.

Dave and Solleks stayed loyal, but others grew unruly.

Dave og Solleks voru tryggir en aðrir urðu óstýrilátir.

The team grew worse—restless, quarrelsome, and out of line.

Liðið versnaði — eirðarlaust, rifrildisríkt og út af sporinu.

Nothing worked smoothly anymore, and fights became common.

Ekkert gekk lengur snurðulaust og slagsmál urðu algeng.

Buck stayed at the heart of the trouble, always provoking unrest.

Buck var kjarninn í vandræðunum og vakti alltaf upp óróa.

François stayed alert, afraid of the fight between Buck and Spitz.

François var vakandi, hræddur við slagsmálin milli Bucks og Spitz.

Each night, scuffles woke him, fearing the beginning finally arrived.

Á hverri nóttu vöktu slagsmál hann, af ótta við að byrjunin væri loksins komin.

He leapt from his robe, ready to break up the fight.

Hann stökk úr skikkjunni, tilbúinn að stöðva bardagann.

But the moment never came, and they reached Dawson at last.

En stundin kom aldrei og þau náðu loksins til Dawsons.

The team entered the town one bleak afternoon, tense and quiet.

Liðið kom inn í bæinn einn dimman síðdegis, spennt og hljótt.

The great battle for leadership still hung in the frozen air.

Hin mikla barátta um forystuna hékk enn í frosnu lofti.

Dawson was full of men and sled-dogs, all busy with work.

Dawson var troðfullt af mönnum og sleðahundum, allir önnum kafnir við vinnu.

Buck watched the dogs pull loads from morning until night.

Buck horfði á hundana draga byrðar frá morgni til kvölds.

They hauled logs and firewood, freighted supplies to the mines.

Þeir fluttu viðarkubba og eldivið og fluttu vistir í námurnar.

Where horses once worked in the Southland, dogs now labored.

Þar sem hestar unnu áður á Suðurlandi, unnu hundar nú erfiði.

Buck saw some dogs from the South, but most were wolf-like huskies.
Buck sá nokkra hunda að sunnanverðu, en flestir voru úlfalíkir huskyhundar.

At night, like clockwork, the dogs raised their voices in song.
Á nóttunni, eins og klukka, hófu hundarnir röddina sína í söng.

At nine, at midnight, and again at three, the singing began.
Klukkan níu, um miðnætti og aftur klukkan þrjú hófst söngurinn.

Buck loved joining their eerie chant, wild and ancient in sound.
Buck elskaði að taka þátt í óhugnalegum söng þeirra, villtum og fornum í hljóði.

The aurora flamed, stars danced, and snow blanketed the land.
Norðurljósin loguðu, stjörnur dönsuðu og snjór huldi landið.

The dogs' song rose as a cry against silence and bitter cold.
Söngur hundanna reis upp eins og óp gegn þögninni og bitrandi kuldanum.

But their howl held sorrow, not defiance, in every long note.
En úlf þeirra bar með sér sorg, ekki ögrun, í hverjum einasta löngum nótum.

Each wailing cry was full of pleading; the burden of life itself.
Hvert kveinstaf var fullt af bæn; byrði lífsins sjálfs.

That song was old—older than towns, and older than fires
Þetta lag var gamalt – eldra en bæir og eldra en eldar

That song was more ancient even than the voices of men.
Þetta lag var jafnvel eldra en raddir manna.

It was a song from the young world, when all songs were sad.
Þetta var lag frá unga heiminum, þegar öll lög voru sorgleg.

The song carried sorrow from countless generations of dogs.
Lagið bar með sér sorg frá óteljandi kynslóðum hunda.

Buck felt the melody deeply, moaning from pain rooted in the ages.

Buck fann laglínuna djúpt, kveinaði af sársauka sem átti rætur sínar að rekja til aldanna.

He sobbed from a grief as old as the wild blood in his veins.

Hann grét af sorg jafn gamalli og villiblóðið í æðum hans.

The cold, the dark, and the mystery touched Buck's soul.

Kuldinn, myrkrið og leyndardómurinn snertu sál Bucks.

That song proved how far Buck had returned to his origins.

Þetta lag sannaði hversu langt Buck hafði snúið aftur til uppruna síns.

Through snow and howling he had found the start of his own life.

Í gegnum snjó og ýlfur hafði hann fundið upphaf sitt eigið líf.

Seven days after arriving in Dawson, they set off once again.

Sjö dögum eftir komu þeirra til Dawson lögðu þau af stað aftur.

The team dropped from the Barracks down to the Yukon Trail.

Liðið fór frá herbúðunum niður að Yukon-slóðinni.

They began the journey back toward Dyea and Salt Water.

Þau hófu ferðina aftur til Dyea og Salt Water.

Perrault carried dispatches even more urgent than before.

Perrault flutti enn brýnni sendingar en áður.

He was also seized by trail pride and aimed to set a record.

Hann var einnig gripinn af slóðastolti og stefndi að því að setja met.

This time, several advantages were on Perrault's side.

Að þessu sinni voru nokkrir kostir í þágu Perraults.

The dogs had rested for a full week and regained their strength.

Hundarnir höfðu hvílt sig í heila viku og náð kröftum sínum aftur.

The trail they had broken was now hard-packed by others.

Slóðin sem þeir höfðu rofið var nú troðin af öðrum.

In places, police had stored food for dogs and men alike.

Á köflum hafði lögreglan geymt mat fyrir bæði hunda og karla.

Perrault traveled light, moving fast with little to weigh him down.

Perrault ferðaðist létt, hratt og lítið sem þyngdi hann.

They reached Sixty-Mile, a fifty-mile run, by the first night.

Þau náðu Sixty-Mile, fimmtíu mílna hlaupi, fyrstu nóttina.

On the second day, they rushed up the Yukon toward Pelly.

Á öðrum degi hlupu þeir upp Yukon-fljótið í átt að Pelly.

But such fine progress came with much strain for François.

En slíkar góðar framfarir fylgdu mikilli pressu fyrir François.

Buck's quiet rebellion had shattered the team's discipline.

Hljóðlát uppreisn Bucks hafði brotið niður aga liðsins.

They no longer pulled together like one beast in the reins.

Þau drógust ekki lengur saman eins og ein skepna í taumunum.

Buck had led others into defiance through his bold example.

Buck hafði leitt aðra til óhlýðni með djörfung sinni.

Spitz's command was no longer met with fear or respect.

Skipun Spitz var ekki lengur mætt með ótta eða virðingu.

The others lost their awe of him and dared to resist his rule.

Hinir misstu lotningu sína fyrir honum og þorðu að veita honum mótspyrnu.

One night, Pike stole half a fish and ate it under Buck's eye.

Eina nóttina stal Pike hálfum fiski og át hann fyrir framan augað á Buck.

Another night, Dub and Joe fought Spitz and went unpunished.

Annað kvöld börðust Dub og Joe við Spitz og sluppu óhegndir.

Even Billee whined less sweetly and showed new sharpness.

Jafnvel Billee kveinaði ekki eins sætlega og sýndi nýja skarpleika.

Buck snarled at Spitz every time they crossed paths.

Buck urraði á Spitz í hvert skipti sem þeir mættust.

Buck's attitude grew bold and threatening, nearly like a bully.

Viðhorf Bucks varð djarft og ógnandi, næstum eins og eineltismaður.

He paced before Spitz with a swagger, full of mocking menace.

Hann gekk fram hjá Spitz með yfirlæti, fullum af hæðnislegum ógnum.

That collapse of order also spread among the sled-dogs.

Þetta hrun reglnanna breiddist einnig út meðal sleðahundanna.

They fought and argued more than ever, filling camp with noise.

Þau börðust og rifuðust meira en nokkru sinni fyrr og fylltu búðirnar af hávaða.

Camp life turned into a wild, howling chaos each night.

Lífið í búðunum breyttist í villt, æpandi ringulreið á hverju kvöldi.

Only Dave and Solleks remained steady and focused.

Aðeins Dave og Solleks héldu stöðugir og einbeittu sér.

But even they became short-tempered from the constant brawls.

En jafnvel þeir urðu skapstyggir eftir stöðugu slagsmálin.

François cursed in strange tongues and stomped in frustration.

François bölvaði á framandi tungumálum og trampaði niður í gremju.

He tore at his hair and shouted while snow flew underfoot.

Hann reif í hárið á sér og hrópaði á meðan snjór flaug undir fæturna.

His whip snapped across the pack but barely kept them in line.

Svipan hans sló þvert yfir hópinn en hélt þeim naumlega í röðinni.

Whenever his back was turned, the fighting broke out again.

Í hvert skipti sem hann sneri baki við honum brutust bardagarnir út aftur.

François used the lash for Spitz, while Buck led the rebels.

François notaði svipuna fyrir Spitz, á meðan Buck leiddi uppreisnarmennina.

Each knew the other's role, but Buck avoided any blame.

Hvor um sig vissi hlutverk hins, en Buck forðaðist alla ásökun.

François never caught Buck starting a fight or shirking his job.

François tók aldrei eftir því að Buck byrjaði slagsmál eða svíkja sig úr vinnunni.

Buck worked hard in harness — the toil now thrilled his spirit.

Buck vann hörðum höndum í beislinu — erfiðið kveikti nú mikinn áhuga hjá honum.

But he found even more joy in stirring fights and chaos in camp.

En hann fann enn meiri gleði í því að kynda undir slagsmálum og ringulreið í búðunum.

At the Tahkeena's mouth one evening, Dub startled a rabbit.

Eitt kvöldið við ósa Tahkeena hrökk Dub kanínu við.

He missed the catch, and the snowshoe rabbit sprang away.

Hann missti af gripnum og snjóskókanínan stökk í burtu.

In seconds, the entire sled team gave chase with wild cries.

Á nokkrum sekúndum elti allt sleðaliðið við með villtum ópum.

Nearby, a Northwest Police camp housed fifty husky dogs.

Þar í grenndinni var lögreglubúðir norðvestursins sem hýstu fimmtíu huskyhunda.

They joined the hunt, surging down the frozen river together.

Þau tóku þátt í veiðinni og fossuðu saman niður frosna ána.

The rabbit turned off the river, fleeing up a frozen creek bed.

Kanínan beygði af ánni og flúði upp frosinn lækjarfarveg.

The rabbit skipped lightly over snow while the dogs struggled through.

Kanínan hoppaði létt yfir snjóinn á meðan hundarnir börðust í gegnum hann.

Buck led the massive pack of sixty dogs around each twisting bend.

Buck leiddi risavaxna hópinn, sextíu hunda, í kringum hverja beygju.

He pushed forward, low and eager, but could not gain ground.

Hann ýtti sér áfram, lágt og ákafur, en náði ekki fótfestu.

His body flashed under the pale moon with each powerful leap.

Líkami hans glitraði undir fölum tunglinu við hvert öflugt stökk.

Ahead, the rabbit moved like a ghost, silent and too fast to catch.

Á undan henni hreyfði kanínan sig eins og draugur, þögul og of hröð til að ná henni.

All those old instincts—the hunger, the thrill—rushed through Buck.

Allar þessar gömlu eðlishvötir — hungrið, spennan — þeyttu um Buck.

Humans feel this instinct at times, driven to hunt with gun and bullet.

Menn finna stundum fyrir þessari eðlishvöt, knúnir til veiða með byssu og kúlu.

But Buck felt this feeling on a deeper and more personal level.

En Buck fann þessa tilfinningu á dýpri og persónulegri plani.

They could not feel the wild in their blood the way Buck could feel it.

Þau gátu ekki fundið fyrir villimennskunni í blóði sínu eins og Buck gat fundið hana.

He chased living meat, ready to kill with his teeth and taste blood.

Hann elti lifandi kjöt, tilbúinn að drepa með tönnunum og smakka blóð.

His body strained with joy, wanting to bathe in warm red life.

Líkami hans þenstist af gleði, þráði að baða sig í heitu, rauðu lífi.

A strange joy marks the highest point life can ever reach.

Undarleg gleði markar hæsta punkt sem lífið getur náð.

The feeling of a peak where the living forget they are even alive.

Tilfinningin um tind þar sem hinir lifandi gleyma að þeir eru jafnvel á lífi.

This deep joy touches the artist lost in blazing inspiration.

Þessi djúpa gleði snertir listamanninn sem er týndur í brennandi innblæstri.

This joy seizes the soldier who fights wildly and spares no foe.

Þessi gleði grípur hermanninn sem berst af miklum krafti og hlífir engum óvini.

This joy now claimed Buck as he led the pack in primal hunger.

Þessi gleði krafðist nú Bucks þar sem hann leiddi hópinn í frumstæðri hungri.

He howled with the ancient wolf-cry, thrilled by the living chase.

Hann öskraði með fornum úlfsópi, heillaður af lifandi eltingarleiknum.

Buck tapped into the oldest part of himself, lost in the wild.

Buck kynnti sér elsta hluta sjálfs sín, týndan í óbyggðunum.

He reached deep within, past memory, into raw, ancient time.

Hann rétti djúpt inn í, fortíðarminningar, inn í hráan, fornan tíma.

A wave of pure life surged through every muscle and tendon.

Bylgja af hreinu lífi streymdi um alla vöðva og sinar.

Each leap shouted that he lived, that he moved through death.

Hvert stökk hrópaði að hann lifði, að hann færi sig í gegnum dauðann.

His body soared joyfully over still, cold land that never stirred.

Líkami hans svif fagnandi yfir kyrrlátu, köldu landi sem aldrei hrærðist.

Spitz stayed cold and cunning, even in his wildest moments.

Spitz var kaldur og lævís, jafnvel á villtustu stundum sínum.

He left the trail and crossed land where the creek curved wide.

Hann yfirgaf slóðina og fór yfir land þar sem lækurinn sveigði sig í bíðum.

Buck, unaware of this, stayed on the rabbit's winding path.

Buck, sem vissi ekki af þessu, hélt sig á hlykkjóttum slóð kanínunnar.

Then, as Buck rounded a bend, the ghost-like rabbit was before him.

Þá, þegar Buck beygði, var draugalík kanínan fyrir framan hann.

He saw a second figure leap from the bank ahead of the prey.

Hann sá aðra veru stökkva af bakkanum á undan bráðinni.

The figure was Spitz, landing right in the path of the fleeing rabbit.

Veran var Spitz, sem lenti beint í slóð kanínunnar sem var á flótta.

The rabbit could not turn and met Spitz's jaws in mid-air.

Kanínan gat ekki snúið sér við og mætti kjálkum Spitz í lausu lofti.

The rabbit's spine broke with a shriek as sharp as a dying human's cry.

Hryggur kanínunnar brotnaði með ópi jafn skörpum og ópi deyjandi manns.

At that sound—the fall from life to death—the pack howled loud.

Við þetta hljóð – fallið frá lífi til dauða – öskraði hópurinn hátt.

A savage chorus rose from behind Buck, full of dark delight.

Grimmilegur kór reis upp að baki Buck, fullur af dökkri gleði.

Buck gave no cry, no sound, and charged straight into Spitz.

Buck kveinaði ekki, ekkert hljóð, og hljóp beint á Spitz.

He aimed for the throat, but struck the shoulder instead.

Hann miðaði á hálsinn en hitti í staðinn í öxlina.

They tumbled through soft snow; their bodies locked in combat.

Þau veltust um mjúkan snjó; líkamar þeirra bundnir í bardaga.

Spitz sprang up quickly, as if never knocked down at all.

Spitz spratt snöggt upp, eins og hann hefði aldrei verið felldur.

He slashed Buck's shoulder, then leaped clear of the fight.

Hann skar á öxlina á Buck og stökk síðan frá bardaganum.

Twice his teeth snapped like steel traps, lips curled and fierce.

Tvisvar brotnuðu tennur hans eins og stálgildrur, varirnar voru krullaðar og grimmilegar.

He backed away slowly, seeking firm ground under his feet.

Hann bakkaði hægt og rólega og leitaði að traustu undirlagi undir fótum sér.

Buck understood the moment instantly and fully.

Buck skildi augnablikið samstundis og til fulls.

The time had come; the fight was going to be a fight to the death.

Tíminn var kominn; baráttan yrði barátta upp til dauða.

The two dogs circled, growling, ears flat, eyes narrowed.

Hundarnir tveir gengu í hringi, urruðu, með flöt eyru og þrengd augu.

Each dog waited for the other to show weakness or misstep.

Hvor hundur fyrir sig beið eftir að hinn sýndi veikleika eða mistök.

To Buck, the scene felt eerily known and deeply remembered.

Buck fannst þetta atriði óhugnanlega þekkt og djúpt í minningunni.

The white woods, the cold earth, the battle under moonlight.

Hvítir skógar, kalda jörðin, bardaginn undir tunglsljósinu.

A heavy silence filled the land, deep and unnatural.

Þung þögn fyllti landið, djúp og óeðlileg.

No wind stirred, no leaf moved, no sound broke the stillness.

Enginn vindur hrærðist, ekkert lauf hreyfðist, ekkert hljóð rauf kyrrðina.

The dogs' breaths rose like smoke in the frozen, quiet air.

Andardráttur hundanna reis upp eins og reykur í frosnu, kyrrlátu loftinu.

The rabbit was long forgotten by the pack of wild beasts.

Kanínan var löngu gleymd af villidýrahópnum.

These half-tamed wolves now stood still in a wide circle.

Þessir hálftamdu úlfar stóðu nú kyrrir í víðum hring.

They were quiet, only their glowing eyes revealed their hunger.

Þau voru þögul, aðeins glóandi augu þeirra sýndu hungrið.

Their breath drifted upward, watching the final fight begin.

Andardráttur þeirra reif upp á við, horfðu á lokabardagann hefjast.

To Buck, this battle was old and expected, not strange at all.

Fyrir Buck var þessi orrusta gömul og væntanleg, alls ekki undarleg.

It felt like a memory of something always meant to happen.

Þetta var eins og minning um eitthvað sem alltaf átti að gerast.

Spitz was a trained fighting dog, honed by countless wild brawls.

Spitz var þjálfaður bardagahundur, sem hafði verið þjálfaður í ótal villtum slagsmálum.

From Spitzbergen to Canada, he had mastered many foes.

Frá Svalbarði til Kanada hafði hann sigrað marga óvini.

He was filled with fury, but never gave control to rage.

Hann var fullur reiði en lét aldrei stjórn á sér.

His passion was sharp, but always tempered by hard instinct.

Ástríða hans var skörp, en alltaf tempruð af hörðum eðlishvötum.

He never attacked until his own defense was in place.

Hann réðst aldrei á fyrr en eigin vörn var til staðar.

Buck tried again and again to reach Spitz's vulnerable neck.

Buck reyndi aftur og aftur að ná til viðkvæms hálss Spitz.

But every strike was met by a slash from Spitz's sharp teeth.

En hverju höggi mætti Spitz höggi frá hvössum tönnum.

Their fangs clashed, and both dogs bled from torn lips.

Tennur þeirra skelltust saman og báðir hundarnir blæddu úr rifnum vörum.

No matter how Buck lunged, he couldn't break the defense.

Sama hversu mikið Buck tókst að stökkva fram, hann gat ekki brotið vörnina.

He grew more furious, rushing in with wild bursts of power.

Hann æsti æ meir og þaut inn með villtum kraftaskotum.

Again and again, Buck struck for the white throat of Spitz.

Aftur og aftur reyndi Buck að ná hvítum hálsi Spitz.

Each time Spitz evaded and struck back with a slicing bite.

Í hvert skipti slapp Spitz undan og sló til baka með biti.

Then Buck shifted tactics, rushing as if for the throat again.

Þá breytti Buck um taktík og hljóp aftur eins og hann væri að reyna að ná hálsi.

But he pulled back mid-attack, turning to strike from the side.

En hann hörfaði til baka í miðri sókn og sneri sér að hliðarárás.

He threw his shoulder into Spitz, aiming to knock him down.

Hann kastaði öxlinni í Spitz í þeim tilgangi að fella hann.

Each time he tried, Spitz dodged and countered with a slash.

Í hvert skipti sem hann reyndi forðaðist Spitz og svaraði með höggi.

Buck's shoulder grew raw as Spitz leapt clear after every hit.

Öxl Bucks skemmdist þegar Spitz stökk fram hjá eftir hvert högg.

Spitz had not been touched, while Buck bled from many wounds.

Spitz hafði ekki verið snert, á meðan Buck blæddi úr mörgum sárum.

Buck's breath came fast and heavy, his body slick with blood.

Buck andaði hratt og þungt, líkami hans rennandi blóðugur.

The fight turned more brutal with each bite and charge.

Bardaginn varð grimmari með hverju biti og áhlaupi.

Around them, sixty silent dogs waited for the first to fall.

Í kringum þá biðu sextíu þöglir hundar eftir að sá fyrsti félli.

If one dog dropped, the pack were going to finish the fight.

Ef einn hundur féll, myndi hópurinn klára bardagann.

Spitz saw Buck weakening, and began to press the attack.

Spitz sá að Buck var að veikjast og hóf sóknina.

He kept Buck off balance, forcing him to fight for footing.

Hann hélt Buck úr jafnvægi og neyddi hann til að berjast fyrir fótfestu.

Once Buck stumbled and fell, and all the dogs rose up.

Einu sinni hrasaði Buck og féll, og allir hundarnir risu upp.

But Buck righted himself mid-fall, and everyone sank back down.

En Buck rétti úr sér um miðjan fallið og allir sukku aftur niður.

Buck had something rare—imagination born from deep instinct.

Buck hafði eitthvað sjaldgæft — ímyndunarafl sem spratt af djúpri eðlishvöt.

He fought by natural drive, but he also fought with cunning.

Hann barðist af eðlislægum krafti, en hann barðist líka af slægð.

He charged again as if repeating his shoulder attack trick.

Hann hljóp aftur á völlinn eins og hann væri að endurtaka öxlarárásarbragðið sitt.

But at the last second, he dropped low and swept beneath Spitz.

En á síðustu stundu féll hann lágt og sveif undir Spitz.

His teeth locked on Spitz's front left leg with a snap.

Tennur hans festust á vinstri framfót Spitz með smell.

Spitz now stood unsteady, his weight on only three legs.

Spitz stóð nú óstöðugur, aðeins á þremur fótum.

Buck struck again, tried three times to bring him down.

Buck sló aftur til og reyndi þrisvar sinnum að fella hann.

On the fourth attempt he used the same move with success

Í fjórðu tilraun notaði hann sömu hreyfingu með góðum árangri.

This time Buck managed to bite the right leg of Spitz.

Að þessu sinni tókst Buck að bíta í hægri fótinn á Spitz.

Spitz, though crippled and in agony, kept struggling to survive.

Spitz, þótt hann væri lamaður og í kvalafullum sársauka, hélt áfram að berjast fyrir lífi sínu.

He saw the circle of huskies tighten, tongues out, eyes glowing.

Hann sá að hringurinn af husky-hundum þrengdist saman, tungurnar útréttar og augun glóandi.

They waited to devour him, just as they had done to others.

Þau biðu eftir að gleypa hann, rétt eins og þau höfðu gert við aðra.

This time, he stood in the center; defeated and doomed.

Að þessu sinni stóð hann í miðjunni; sigraður og dæmdur.

There was no option to escape for the white dog now.

Hvíti hundurinn hafði engan möguleika á að flýja núna.

Buck showed no mercy, for mercy did not belong in the wild.

Buck sýndi enga miskunn, því miskunn átti ekki heima í náttúrunni.

Buck moved carefully, setting up for the final charge.

Buck gekk varlega og bjó sig undir lokaárásina.

The circle of huskies closed in; he felt their warm breaths.

Hringurinn af huskyhundum lokaðist um hann; hann fann hlýjan andardrátt þeirra.

They crouched low, prepared to spring when the moment came.

Þau krjúpu lágt, tilbúin að stökkva þegar stundin kæmi.

Spitz quivered in the snow, snarling and shifting his stance.

Spitz skalf í snjónum, urraði og breytti stöðu sinni.

His eyes glared, lips curled, teeth flashing in desperate threat.

Augun hans glóðu, varirnar krullaðar, tennurnar glitruðu af örvæntingarfullri ógn.

He staggered, still trying to hold off the cold bite of death.

Hann staulaðist, enn að reyna að halda aftur af sér kalda bit dauðans.

He had seen this before, but always from the winning side.

Hann hafði séð þetta áður, en alltaf frá sigurvegaranum.

Now he was on the losing side; the defeated; the prey; death.

Nú var hann á taparahliðinni; ósigraði; bráðin; dauði.

Buck circled for the final blow, the ring of dogs pressed closer.

Buck hringdi í kringum sig til að hljóta síðasta höggið, hundahringurinn þrýsti sér nær.

He could feel their hot breaths; ready for the kill.

Hann fann heitan andardrátt þeirra; tilbúin til dráps.

A stillness fell; all was in its place; time had stopped.

Þögn sló á; allt var á sínum stað; tíminn hafði stöðvast.

Even the cold air between them froze for one last moment.

Jafnvel kalda loftið á milli þeirra fraus í eina síðustu stund.

Only Spitz moved, trying to hold off his bitter end.

Aðeins Spitz hreyfði sig og reyndi að halda aftur af sér beiska endalokin.

The circle of dogs was closing in around him, as was his destiny.

Hundahringurinn var að lokast um hann, eins og örlög hans voru.

He was desperate now, knowing what was about to happen.

Hann var örvæntingarfullur núna, vitandi hvað myndi gerast.

Buck sprang in, shoulder met shoulder one last time.

Buck stökk inn, öxl mættist öxl í síðasta sinn.

The dogs surged forward, covering Spitz in the snowy dark.

Hundarnir þustu fram og huldu Spitz í snjóþöktu myrkrinu.

Buck watched, standing tall; the victor in a savage world.

Buck horfði á, standandi rakur; sigurvegarinn í villtum heimi.

The dominant primordial beast had made its kill, and it was good.

Ríkjandi frumdýrið hafði gert bráðabirgðaverk, og það var gott.

He, Who Has Won to Mastership
Hann, sem hefur sigrað til meistara

"Eh? What did I say? I speak true when I say Buck is a devil."

„Ha? Hvað sagði ég? Ég segi satt þegar ég segi að Buck sé djöfull."

François said this the next morning after finding Spitz missing.

François sagði þetta morguninn eftir eftir að hafa fundið Spitz týndan.

Buck stood there, covered with wounds from the vicious fight.

Buck stóð þar, þakinn sárum eftir hina grimmlegu bardaga.

François pulled Buck near the fire and pointed at the injuries.

François dró Buck að eldinum og benti á sárin.

"That Spitz fought like the Devik," said Perrault, eyeing the deep gashes.

„Þessi Spitz barðist eins og Devik," sagði Perrault og horfði á djúpu sárin.

"And that Buck fought like two devils," François replied at once.

„Og að Buck barðist eins og tveir djöflar," svaraði François þegar í stað.

"Now we will make good time; no more Spitz, no more trouble."

„Nú skulum við njóta góðs tíma; engir fleiri Spitz, engin meiri vandræði."

Perrault was packing the gear and loaded the sled with care.

Perrault var að pakka farangursdótinu og hlaða sleðann af varúð.

François harnessed the dogs in preparation for the day's run.

François beislaði hundana til að undirbúa sig fyrir hlaup dagsins.

Buck trotted straight to the lead position once held by Spitz.

Buck skokkaði beint í forystustöðuna sem Spitz hafði eitt sinn haft.

But François, not noticing, led Solleks forward to the front.

En François, sem tók ekki eftir því, leiddi Solleks fram á við.

In François's judgment, Solleks was now the best lead-dog.

Að mati François var Solleks nú besti leiðtogahundurinn.

Buck sprang at Solleks in fury and drove him back in protest.

Buck stökk á Solleks í reiði og rak hann til baka í mótmælaskyni.

He stood where Spitz once had stood, claiming the lead position.

Hann stóð þar sem Spitz hafði áður staðið og eignaðist forystusætið.

"Eh? Eh?" cried François, slapping his thighs in amusement.

„Ha? Ha?" hrópaði François og sló sér á lærin í skemmtun.

"Look at Buck—he killed Spitz, now he wants to take the job!"

„Líttu á Buck – hann drap Spitz, nú vill hann taka starfið!"

"Go away, Chook!" he shouted, trying to drive Buck away.

„Farðu í burtu, Chook!" hrópaði hann og reyndi að reka Buck í burtu.

But Buck refused to move and stood firm in the snow.

En Buck neitaði að hreyfa sig og stóð fastur í snjónum.

François grabbed Buck by the scruff, dragging him aside.

François greip í höfuðið á Buck og dró hann til hliðar.

Buck growled low and threateningly but did not attack.

Buck urraði lágt og ógnandi en réðst ekki á.

François put Solleks back in the lead, trying to settle the dispute

François kom Solleks aftur yfir og reyndi að jafna deiluna.

The old dog showed fear of Buck and didn't want to stay.

Gamli hundurinn sýndi ótta við Buck og vildi ekki vera áfram.

When François turned his back, Buck drove Solleks out again.

Þegar François sneri baki við, rak Buck Solleks út aftur.

Solleks did not resist and quietly stepped aside once more.

Solleks veitti enga mótspyrnu og færði sig hljóðlega til hliðar á ný.

François grew angry and shouted, "By God, I fix you!"

François reiddist og hrópaði: „Í Guðs nafni, ég laga þig!"

He came toward Buck holding a heavy club in his hand.

Hann kom að Buck með þunga kylfu í hendinni.

Buck remembered the man in the red sweater well.

Buck mundi vel eftir manninum í rauða peysunni.

He retreated slowly, watching François, but growling deeply.

Hann hörfaði hægt, horfði á François en urraði djúpt.

He did not rush back, even when Solleks stood in his place.

Hann hraðaði sér ekki til baka, jafnvel þegar Solleks stóð á sínum stað.

Buck circled just beyond reach, snarling in fury and protest.

Buck hringdi rétt utan seilingar, urraði af reiði og mótmælum.

He kept his eyes on the club, ready to dodge if François threw.

Hann hélt augunum á kylfunni, tilbúinn að forðast ef François kastaði.

He had grown wise and wary in the ways of men with weapons.

Hann hafði orðið vitur og varkár í því hvernig vopnaðir menn áttu að umgangast.

François gave up and called Buck to his former place again.

François gafst upp og kallaði Buck aftur heim til síns fyrra heimilis.

But Buck stepped back cautiously, refusing to obey the order.

En Buck steig varlega til baka og neitaði að hlýða skipuninni.

François followed, but Buck only retreated a few steps more.

François fylgdi á eftir, en Buck hörfaði aðeins nokkur skref í viðbót.

After some time, François threw the weapon down in frustration.

Eftir smá stund kastaði François vopninu niður í gremju.

He thought Buck feared a beating and was going to come quietly.

Hann hélt að Buck óttaðist barsmíð og ætlaði að koma hljóðlega.

But Buck wasn't avoiding punishment—he was fighting for rank.

En Buck forðaðist ekki refsingu — hann var að berjast fyrir tign.

He had earned the lead-dog spot through a fight to the death

Hann hafði unnið sér inn leiðtogasætið með bardaga upp á líf og dauða.

he was not going to settle for anything less than being the leader.

Hann ætlaði ekki að sætta sig við neitt minna en að vera leiðtogi.

Perrault took a hand in the chase to help catch the rebellious Buck.

Perrault tók þátt í eftirförinni til að hjálpa til við að ná uppreisnargjörnum Buck.

Together, they ran him around the camp for nearly an hour.

Saman hlupu þau með honum um búðirnar í næstum klukkustund.

They hurled clubs at him, but Buck dodged each one skillfully.

Þeir köstuðu kylfum að honum, en Buck forðaðist hverja þeirra af list.

They cursed him, his ancestors, his descendants, and every hair on him.

Þeir formæltu honum, forfeðrum hans, niðjum hans og hverju hári á honum.

But Buck only snarled back and stayed just out of their reach.

En Buck urraði bara á móti og hélt sig rétt utan seilingar þeirra.

He never tried to run away but circled the camp deliberately.

Hann reyndi aldrei að flýja heldur fór af ásettu ráði í kringum búðirnar.

He made it clear he was going to obey once they gave him what he wanted.

Hann gaf skýrt til kynna að hann myndi hlýða um leið og þeir gæfu honum það sem hann vildi.

François finally sat down and scratched his head in frustration.

François settist loksins niður og klóraði sér í höfðinu af gremju.

Perrault checked his watch, swore, and muttered about lost time.

Perrault leit á úrið sitt, bölvaði og muldraði um glataðan tíma.

An hour had already passed when they should have been on the trail.

Klukkustund var þegar liðin þegar þau hefðu átt að vera komin á slóðina.

François shrugged sheepishly at the courier, who sighed in defeat.

François yppti öxlum feimnislega til sendiboðans, sem andvarpaði ósigrandi.

Then François walked to Solleks and called out to Buck once more.

Þá gekk François til Solleks og kallaði enn á Buck.

Buck laughed like a dog laughs, but kept his cautious distance.

Buck hló eins og hundur hlær en hélt varfærnislegri fjarlægð.

François removed Solleks's harness and returned him to his spot.

François tók af Solleks beisli og setti hann aftur á sinn stað.

The sled team stood fully harnessed, with only one spot unfilled.

Sleðaliðið stóð fullbúið í beislum, með aðeins eitt laust sæti.

The lead position remained empty, clearly meant for Buck alone.

Forystusætið var enn autt, greinilega ætluð Buck einum.

François called again, and again Buck laughed and held his ground.

François kallaði aftur, og aftur hló Buck og stóð fast á sínu.

"Throw down the club," Perrault ordered without hesitation.

„Kastið niður kylfunni," skipaði Perrault án þess að hika.

François obeyed, and Buck immediately trotted forward proudly.

François hlýddi og Buck skokkaði þegar í stað stoltur áfram.

He laughed triumphantly and stepped into the lead position.

Hann hló sigri hrósandi og steig í fremstu stöðu.

François secured his traces, and the sled was broken loose.

François tryggði sér slóðir og sleðinn losnaði.

Both men ran alongside as the team raced onto the river trail.

Báðir mennirnir hlupu hlið við hlið þegar liðið hljóp út á slóðann meðfram ánni.

François had thought highly of Buck's "two devils,"

François hafði haft mikils mat á „tvo djöfla" Bucks.

but he soon realized he had actually underestimated the dog.

en hann áttaði sig fljótt á því að hann hafði í raun vanmetið hundinn.

Buck quickly assumed leadership and performed with excellence.

Buck tók fljótt við forystu og stóð sig með mikilli prýði.

In judgment, quick thinking, and fast action, Buck surpassed Spitz.

Í dómgreind, skjótri hugsun og hraðri aðgerðum fór Buck fram úr Spitz.

François had never seen a dog equal to what Buck now displayed.

François hafði aldrei séð hund jafngóðan og Buck sýndi nú.

But Buck truly excelled in enforcing order and commanding respect.

En Buck skaraði sannarlega fram úr í að framfylgja reglu og vekja virðingu.

Dave and Solleks accepted the change without concern or protest.

Dave og Solleks samþykktu breytinguna án áhyggna eða mótmæla.

They focused only on work and pulling hard in the reins.

Þau einbeittust aðeins að vinnu og að toga fast í taumana.

They cared little who led, so long as the sled kept moving.

Þeim var alveg sama hver leiddi, svo lengi sem sleðinn hélt áfram.

Billee, the cheerful one, could have led for all they cared.

Billee, sú glaðlynda, hefði getað leitt hvað sem þeim þótti vænt um.

What mattered to them was peace and order in the ranks.

Það sem skipti þá máli var friður og regla innan raðanna.

The rest of the team had grown unruly during Spitz's decline.

Restin af liðinu hafði orðið óstýrilát á meðan Spitz var á hnignunartíma.

They were shocked when Buck immediately brought them to order.

Þau voru steinhissa þegar Buck færði þau strax til að panta.

Pike had always been lazy and dragging his feet behind Buck.

Pike hafði alltaf verið latur og dregið fæturna á eftir Buck.

But now was sharply disciplined by the new leadership.

En nú var hann agaður harðlega af nýju forystunni.

And he quickly learned to pull his weight in the team.

Og hann lærði fljótt að leggja sitt af mörkum í liðinu.

By the end of the day, Pike worked harder than ever before.

Í lok dagsins vann Pike meira en nokkru sinni fyrr.

That night in camp, Joe, the sour dog, was finally subdued.

Þetta kvöld í búðunum var Joe, súri hundurinn, loksins yfirbugaður.

Spitz had failed to discipline him, but Buck did not fail.

Spitz hafði ekki agað hann, en Buck brást ekki.

Using his greater weight, Buck overwhelmed Joe in seconds.

Með því að nota stærri þyngd sína yfirbugaði Buck Joe á nokkrum sekúndum.

He bit and battered Joe until he whimpered and ceased resisting.

Hann beit og barði Joe þar til hann kveinaði og hætti að veita mótspyrnu.

The whole team improved from that moment on.

Allt liðið batnaði frá þeirri stundu.

The dogs regained their old unity and discipline.

Hundarnir endurheimtu gamla samheldni sína og aga.

At Rink Rapids, two new native huskies, Teek and Koona, joined.

Í Rink Rapids bættust tveir nýir innfæddir husky-hundar, Teek og Koona, við.

Buck's swift training of them astonished even François.

Hröð þjálfun Bucks á þeim kom jafnvel François á óvart.

"Never was there such a dog as that Buck!" he cried in amazement.

„Aldrei hefur slíkur hundur verið til eins og þessi Buck!" hrópaði hann undrandi.

"No, never! He's worth one thousand dollars, by God!"

„Nei, aldrei! Hann er þúsund dollara virði, fyrir Guðs sakir!"

"Eh? What do you say, Perrault?" he asked with pride.

„Ha? Hvað segirðu, Perrault?" spurði hann stoltur.

Perrault nodded in agreement and checked his notes.

Perrault kinkaði kolli til samþykkis og fór yfir glósurnar sínar.

We're already ahead of schedule and gaining more each day.

Við erum nú þegar á undan áætlun og náum meiri árangri með hverjum deginum.

The trail was hard-packed and smooth, with no fresh snow.

Slóðin var harðgerð og greið, án nýsnjóss.

The cold was steady, hovering at fifty below zero throughout.

Kuldinn var stöðugur, fimmtíu frostmark allan tímann.

The men rode and ran in turns to keep warm and make time.

Mennirnir riðu og hlupu til skiptis til að halda á sér hita og ná tíma.

The dogs ran fast with few stops, always pushing forward.

Hundarnir hlupu hratt með fáum stoppum, alltaf á undan.

The Thirty Mile River was mostly frozen and easy to travel across.
Þrjátíu mílna áin var að mestu leyti frosin og auðvelt að ferðast yfir hana.
They went out in one day what had taken ten days coming in.
Þau fóru út á einum degi það sem hafði tekið tíu daga að koma inn.
They made a sixty-mile dash from Lake Le Barge to White Horse.
Þau óku sextíu mílna langt frá Le Barge-vatni til Hvíta hestsins.
Across Marsh, Tagish, and Bennett Lakes they moved incredibly fast.
Yfir Marsh-, Tagish- og Bennett-vötnin fóru þau ótrúlega hratt.
The running man towed behind the sled on a rope.
Hlaupamaðurinn dró sig á eftir sleðanum í reipi.
On the last night of week two they got to their destination.
Síðasta kvöldið í annarri viku komust þau á áfangastað.
They had reached the top of White Pass together.
Þau höfðu komist saman upp á topp Hvítaskarðsins.
They dropped down to sea level with Skaguay's lights below them.
Þau féllu niður að sjávarmáli með ljósin á Skaguay fyrir neðan sig.
It had been a record-setting run across miles of cold wilderness.
Þetta hafði verið methlaup yfir kílómetra af köldum óbyggðum.
For fourteen days straight, they averaged a strong forty miles.
Í fjórtán daga samfleytt óku þeir að meðaltali rúmar fjörutíu kílómetra.
In Skaguay, Perrault and François moved cargo through town.
Í Skaguay fluttu Perrault og François farm um bæinn.

They were cheered and offered many drinks by admiring crowds.

Þeim var fagnað og boðið upp á marga drykki af aðdáunarverðum mannfjölda.

Dog-busters and workers gathered around the famous dog team.

Hundaeyðingarmenn og verkamenn söfnuðust saman í kringum hið fræga hundateymi.

Then western outlaws came to town and met violent defeat.

Þá komu vestrænir útlagar til bæjarins og biðu harkalegs ósigur.

The people soon forgot the team and focused on new drama.

Fólkið gleymdi fljótt liðinu og einbeitti sér að nýrri dramatík.

Then came the new orders that changed everything at once.

Þá komu nýju skipanirnar sem breyttu öllu í einu.

François called Buck to him and hugged him with tearful pride.

François kallaði á Buck og faðmaði hann með tárvotum stolti.

That moment was the last time Buck ever saw François again.

Þessi stund var í síðasta sinn sem Buck sá François aftur.

Like many men before, both François and Perrault were gone.

Eins og margir menn áður voru bæði François og Perrault farnir.

A Scotch half-breed took charge of Buck and his sled dog teammates.

Skoskur hálfkynshundur tók umsjón með Buck og sleðahundafélögum hans.

With a dozen other dog teams, they returned along the trail to Dawson.

Með tylft annarra hundateyma sneru þeir aftur eftir slóðinni til Dawson.

It was no fast run now—just heavy toil with a heavy load each day.

Þetta var engin hröð hlaup núna — bara erfitt strit með þungri byrði á hverjum degi.

This was the mail train, bringing word to gold hunters near the Pole.

Þetta var póstlest sem bar tíðindi til gullveiðimanna nálægt pólnum.

Buck disliked the work but bore it well, taking pride in his effort.

Buck líkaði ekki verkið en þoldi það vel og var stoltur af erfiði sínu.

Like Dave and Solleks, Buck showed devotion to every daily task.

Eins og Dave og Solleks sýndi Buck hollustu í hverju daglegu starfi.

He made sure his teammates each pulled their fair weight.

Hann gætti þess að liðsfélagar hans legðu allir sitt af mörkum.

Trail life became dull, repeated with the precision of a machine.

Lífið á slóðunum varð dauflegt, endurtekið með nákvæmni vélarinnar.

Each day felt the same, one morning blending into the next.

Hver dagur var eins, einn morgunn rann upp í þann næsta.

At the same hour, the cooks rose to build fires and prepare food.

Á sama tíma risu kokkarnir upp til að kveikja eld og útbúa mat.

After breakfast, some left camp while others harnessed the dogs.

Eftir morgunmat yfirgáfu sumir tjaldstæðið á meðan aðrir beisluðu hundana.

They hit the trail before the dim warning of dawn touched the sky.

Þau lögðu af stað áður en dauf viðvörun um dögun náði til himins.

At night, they stopped to make camp, each man with a set duty.

Að nóttu til námu þeir staðar til að slá upp tjaldbúðum, hver maður með ákveðna skyldu.

Some pitched the tents, others cut firewood and gathered pine boughs.

Sumir reistu tjöld, aðrir höggu eldivið og söfnuðu furugreinum.

Water or ice was carried back to the cooks for the evening meal.

Vatn eða ís var borið aftur til kokkanna fyrir kvöldmatinn.

The dogs were fed, and this was the best part of the day for them.

Hundunum var gefið að éta og þetta var besti hluti dagsins fyrir þá.

After eating fish, the dogs relaxed and lounged near the fire.

Eftir að hafa borðað fisk slökuðu hundarnir á og lágu við eldinn.

There were a hundred other dogs in the convoy to mingle with.

Það voru hundrað aðrir hundar í bílalestinni til að blanda geði við.

Many of those dogs were fierce and quick to fight without warning.

Margir þessara hunda voru grimmir og fljótir til að berjast án viðvörunar.

But after three wins, Buck mastered even the fiercest fighters.

En eftir þrjá sigra hafði Buck náð tökum á jafnvel hörðustu bardagamönnum.

Now when Buck growled and showed his teeth, they stepped aside.

Þegar Buck urraði og sýndi tennurnar, stigu þeir til hliðar.

Perhaps best of all, Buck loved lying near the flickering campfire.

Kannski best af öllu var að Buck elskaði að liggja við logandi varðeldinn.

He crouched with hind legs tucked and front legs stretched ahead.

Hann kraup niður með afturfæturna krókna og framfæturna teygða fram.

His head was raised as he blinked softly at the glowing flames.

Hann lyfti höfðinu er hann blikkaði lágt að glóandi logunum.

Sometimes he recalled Judge Miller's big house in Santa Clara.

Stundum minntist hann stóra húss dómara Millers í Santa Clara.

He thought of the cement pool, of Ysabel, and the pug called Toots.

Hann hugsaði um sementslaugina, um Ysabel og mopshundinn sem hét Toots.

But more often he remembered the man with the red sweater's club.

En oftar minntist hann mannsins með kylfuna í rauðu peysunni.

He remembered Curly's death and his fierce battle with Spitz.

Hann minntist dauða Krullað og harðrar baráttu hans við Spitz.

He also recalled the good food he had eaten or still dreamed of.

Hann minntist líka á góða matinn sem hann hafði borðað eða dreymdi enn um.

Buck was not homesick — the warm valley was distant and unreal.

Buck var ekki heimþráandi — hlýi dalurinn var fjarlægur og óraunverulegur.

Memories of California no longer held any real pull over him.

Minningarnar frá Kaliforníu höfðu ekki lengur neitt raunverulegt aðdráttarafl í honum.

Stronger than memory were instincts deep in his bloodline.

Sterkari en minnið voru eðlishvöt djúpt í ætt hans.

Habits once lost had returned, revived by the trail and the wild.

Venjur sem eitt sinn höfðu glatast höfðu komið aftur, endurvaknar af slóðinni og náttúrunni.

As Buck watched the firelight, it sometimes became something else.

Þegar Buck horfði á eldsljósið breyttist það stundum í eitthvað allt annað.

He saw in the firelight another fire, older and deeper than the present one.

Hann sá í eldsljósinu annan eld, eldri og dýpri en þann sem nú er.

Beside that other fire crouched a man unlike the half-breed cook.

Við hinn eldinn kraup maður ólíkt hálfkyns kokkinum.

This figure had short legs, long arms, and hard, knotted muscles.

Þessi veru hafði stutta fætur, langa handleggi og harða, hnúta vöðva.

His hair was long and matted, sloping backward from the eyes.

Hár hans var langt og flækt, hallandi aftur frá augunum.

He made strange sounds and stared out in fear at the darkness.

Hann gaf frá sér undarleg hljóð og starði hræddur út í myrkrið.

He held a stone club low, gripped tightly in his long rough hand.

Hann hélt steinkylfu lágt, fast í hendi sinni, löngu, grófu.

The man wore little; just a charred skin that hung down his back.

Maðurinn var lítið í fötum; bara brunninn skinn sem hékk niður bakið á honum.

His body was covered with thick hair across arms, chest, and thighs.

Líkami hans var þakinn þykku hári sem þvert yfir handleggi, bringu og læri.

Some parts of the hair were tangled into patches of rough fur.

Sumir hlutar hársins voru flæktir í grófa feldarbletti.

He did not stand straight but bent forward from the hips to
knees.

Hann stóð ekki beinn heldur beygði sig fram frá mjöðmum að
hnjám.

His steps were springy and catlike, as if always ready to
leap.

Skref hans voru fjaðrandi og kattarleg, eins og hann væri alltaf
tilbúinn til að stökkva.

There was a sharp alertness, like he lived in constant fear.

Það var mikil árvekni, eins og hann lifði í stöðugum ótta.

This ancient man seemed to expect danger, whether the
danger was seen or not.

Þessi forni maður virtist búast við hættu, hvort sem hættan
var sjáanleg eða ekki.

At times the hairy man slept by the fire, head tucked
between legs.

Stundum svaf loðni maðurinn við eldinn, höfuðið á milli
fótanna.

His elbows rested on his knees, hands clasped above his
head.

Olnbogarnir hvíldu á hnjánum, hendurnar krosslagðar fyrir
ofan höfuðið.

Like a dog he used his hairy arms to shed off the falling rain.

Eins og hundur notaði hann loðna handleggi sína til að varpa
frá sér fallandi rigningunni.

Beyond the firelight, Buck saw twin coals glowing in the
dark.

Handan við eldinn sá Buck tvö glóandi kol í myrkrinu.

Always two by two, they were the eyes of stalking beasts of
prey.

Alltaf tvö og tvö, þau voru augu rándýra á hælunum.

He heard bodies crash through brush and sounds made in
the night.

Hann heyrði lík brotna í gegnum runna og hljóð sem heyrðust
í nóttinni.

Lying on the Yukon bank, blinking, Buck dreamed by the
fire.

Buck liggjandi á bakka Yukon-fljóts, blikkandi, dreymdi við eldinn.

The sights and sounds of that wild world made his hair stand up.

Hljóðin og sjónirnar úr þessum villta heimi fengu hann til að rísa.

The fur rose along his back, his shoulders, and up his neck.

Feldurinn reis meðfram baki hans, axlunum og upp hálsinn.

He whimpered softly or gave a low growl deep in his chest.

Hann kveinaði lágt eða urraði lágt djúpt í brjósti sér.

Then the half-breed cook shouted, "Hey, you Buck, wake up!"

Þá hrópaði hálfklæddi kokkurinn: „Heyrðu, þú Buck, vaknaðu!"

The dream world vanished, and real life returned to Buck's eyes.

Draumaheimurinn hvarf og raunveruleikinn birtist aftur í augum Bucks.

He was going to get up, stretch, and yawn, as if woken from a nap.

Hann ætlaði að standa upp, teygja sig og gapja, eins og hann hefði vaknað úr blundi.

The trip was hard, with the mail sled dragging behind them.

Ferðin var erfið, þar sem póstsleðinn dróst á eftir þeim.

Heavy loads and tough work wore down the dogs each long day.

Þungar byrðar og erfitt starf tæmdu hundana á hverjum löngum degi.

They reached Dawson thin, tired, and needing over a week's rest.

Þau komu til Dawson grann, þreytt og þurftu meira en viku hvíld.

But only two days later, they set out down the Yukon again.

En aðeins tveimur dögum síðar lögðu þeir aftur af stað niður Júkonfljótið.

They were loaded with more letters bound for the outside world.

Það voru hlaðin fleiri bréfum sem voru á leið til umheimsins.

The dogs were exhausted and the men were complaining constantly.

Hundarnir voru úrvinda og mennirnir kvörtuðu stöðugt.

Snow fell every day, softening the trail and slowing the sleds.

Snjór féll á hverjum degi, mýkti slóðina og hægði á sleðanum.

This made for harder pulling and more drag on the runners.

Þetta olli því að togið var harðara og hlaupararnir voru meira móttækilegir.

Despite that, the drivers were fair and cared for their teams.

Þrátt fyrir það voru ökumennirnir sanngjarnir og umhyggjusamir gagnvart liðum sínum.

Each night, the dogs were fed before the men got to eat.

Á hverju kvöldi voru hundarnir fóðraðir áður en mennirnir fengu að borða.

No man slept before checking the feet of his own dog's.

Enginn maður sofnar áður en hann hefur athugað fætur hunds síns.

Still, the dogs grew weaker as the miles wore on their bodies.

Samt sem áður veiktust hundarnir eftir því sem kílómetrarnir drógu á líkama þeirra.

They had traveled eighteen hundred miles through the winter.

Þau höfðu ferðast átján hundruð mílur í vetur.

They pulled sleds across every mile of that brutal distance.

Þeir drógu sleða yfir hverja einustu kílómetra af þessari grimmilegu vegalengd.

Even the toughest sled dogs feel strain after so many miles.

Jafnvel hörðustu sleðahundarnir finna fyrir álagi eftir svona marga kílómetra.

Buck held on, kept his team working, and maintained discipline.

Buck hélt út, hélt liðinu sínu gangandi og viðhélt aga.

But Buck was tired, just like the others on the long journey.

En Buck var þreyttur, rétt eins og hinir á hinni löngu ferð.

Billee whimpered and cried in his sleep each night without fail.

Billee kveinaði og grét í svefni á hverju kvöldi án þess að bregðast.

Joe grew even more bitter, and Solleks stayed cold and distant.

Joe varð enn bitrari og Solleks var kaldur og fjarlægur.

But it was Dave who suffered the worst out of the entire team.

En það var Dave sem varð verst úti af öllu liðinu.

Something had gone wrong inside him, though no one knew what.

Eitthvað hafði farið úrskeiðis innra með honum, þótt enginn vissi hvað.

He became moodier and snapped at others with growing anger.

Hann varð skapstyggari og reiðist á aðra.

Each night he went straight to his nest, waiting to be fed.

Á hverju kvöldi fór hann beint í hreiður sitt og beið eftir að fá að borða.

Once he was down, Dave did not get up again till morning.

Þegar Dave var kominn niður vaknaði hann ekki aftur fyrr en að morgni.

On the reins, sudden jerks or starts made him cry out in pain.

Skyndilegir kippir eða rykk í taumunum ollu því að hann hrópaði af sársauka.

His driver searched for the cause, but found no injury on him.

Ökumaður hans leitaði að orsökum slyssins en fann engin meiðsli á honum.

All the drivers began watching Dave and discussed his case.

Allir bílstjórarnir fóru að fylgjast með Dave og ræða mál hans.

They talked at meals and during their final smoke of the day.

Þau spjölluðu saman við máltíðir og á síðustu reykingardeginum sínum dagsins.

One night they held a meeting and brought Dave to the fire.

Eitt kvöldið héldu þau fund og færðu Dave að eldinum.

They pressed and probed his body, and he cried out often.

Þau þrýstu á líkama hans og könnuðu hann, og hann grét oft.

Clearly, something was wrong, though no bones seemed broken.

Greinilega var eitthvað að, þó að engin bein virtust brotin.

By the time they reached Cassiar Bar, Dave was falling down.

Þegar þau komu að Cassiar-barnum var Dave farinn að detta.

The Scotch half-breed called a halt and removed Dave from the team.

Skoski hálfkynslóðin stal velli og fjarlægði Dave úr liðinu.

He fastened Solleks in Dave's place, closest to the sled's front.

Hann festi Sollek-búnaðinn í stað Dave, næst framhluta sleðans.

He meant to let Dave rest and run free behind the moving sled.

Hann ætlaði að leyfa Dave að hvíla sig og hlaupa frjáls á eftir sleðanum sem var á ferðinni.

But even sick, Dave hated being taken from the job he had owned.

En jafnvel þótt Dave væri veikur, hataði hann að vera tekinn úr starfinu sem hann hafði gegnt.

He growled and whimpered as the reins were pulled from his body.

Hann urraði og kveinaði þegar taumarnir voru dregnir af líkama hans.

When he saw Solleks in his place, he cried with broken-hearted pain.

Þegar hann sá Solleks á sínum stað grét hann af sársauka.

The pride of trail work was deep in Dave, even as death approached.

Stoltið yfir göngustígnum var djúpt í Dave, jafnvel þegar dauðinn nálgaðist.

As the sled moved, Dave floundered through soft snow near the trail.

Þegar sleðinn hreyfðist flakkaði Dave í gegnum mjúkan snjó nálægt slóðinni.

He attacked Solleks, biting and pushing him from the sled's side.

Hann réðst á Solleks, beit hann og ýtti við honum frá hlið sleðans.

Dave tried to leap into the harness and reclaim his working spot.

Dave reyndi að stökkva í beislið og endurheimta vinnustað sinn.

He yelped, whined, and cried, torn between pain and pride in labor.

Hann æpti, kveinaði og grét, klofinn á milli sársauka og stolts yfir vinnunni.

The half-breed used his whip to try driving Dave away from the team.

Hálfkynslóðin notaði svipuna sína til að reyna að reka Dave frá liðinu.

But Dave ignored the lash, and the man couldn't strike him harder.

En Dave hunsaði svipuna og maðurinn gat ekki slegið hann fastar.

Dave refused the easier path behind the sled, where snow was packed.

Dave neitaði að fara auðveldari leiðina fyrir aftan sleðann, þar sem snjórinn var þjappaður.

Instead, he struggled in the deep snow beside the trail, in misery.

Í staðinn barðist hann í djúpum snjónum við slóðann, í eymd.

Eventually, Dave collapsed, lying in the snow and howling in pain.

Að lokum hneig Dave niður, liggjandi í snjónum og ýlfraði af sársauka.

He cried out as the long train of sleds passed him one by one.

Hann hrópaði upp þegar langur sleðalesturinn fór fram hjá honum, einn af öðrum.

Still, with what strength remained, he rose and stumbled after them.

Samt sem áður, með þeim kröftum sem eftir voru, reis hann upp og staulaðist á eftir þeim.

He caught up when the train stopped again and found his old sled.

Hann náði honum þegar lestin stoppaði aftur og fann gamla sleðann sinn.

He floundered past the other teams and stood beside Solleks again.

Hann þutaði fram hjá hinum liðunum og stóð aftur við hliðina á Solleks.

As the driver paused to light his pipe, Dave took his last chance.

Þegar bílstjórinn stoppaði til að kveikja sér í pípunni greip Dave síðasta tækifærið.

When the driver returned and shouted, the team didn't move forward.

Þegar bílstjórinn kom aftur og hrópaði, komst liðið ekki áfram.

The dogs had turned their heads, confused by the sudden stoppage.

Hundarnir höfðu snúið höfðum sínum, ruglaðir yfir skyndilegu stöðvuninni.

The driver was shocked too—the sled hadn't moved an inch forward.

Bílstjórinn varð líka steinhissa — sleðinn hafði ekki færst tommu áfram.

He called out to the others to come and see what had happened.

Hann kallaði á hina að koma og sjá hvað hefði gerst.

Dave had chewed through Solleks's reins, breaking both apart.

Dave hafði nagað í gegnum taumana á Solleks og brotið þá báða í sundur.

Now he stood in front of the sled, back in his rightful position.

Nú stóð hann fyrir framan sleðann, aftur á réttum stað.

Dave looked up at the driver, silently pleading to stay in the traces.

Dave leit upp til bílstjórans og bað hljóðlega um að halda sig innan slóðanna.

The driver was puzzled, unsure of what to do for the struggling dog.

Bílstjórinn var ráðvilltur og vissi ekki hvað hann ætti að gera við hundinn sem átti í erfiðleikum.

The other men spoke of dogs who had died from being taken out.

Hinir mennirnir töluðu um hunda sem höfðu dáið eftir að hafa verið teknir út.

They told of old or injured dogs whose hearts broke when left behind.

Þau sögðu frá gömlum eða særðum hundum sem hjörtu þeirra brotnuðu þegar þeir voru skildir eftir.

They agreed it was mercy to let Dave die while still in his harness.

Þau voru sammála um að það væri miskunn að láta Dave deyja meðan hann var enn í beislinu sínu.

He was fastened back onto the sled, and Dave pulled with pride.

Hann var festur aftur á sleðann og Dave dró af stolti.

Though he cried out at times, he worked as if pain could be ignored.

Þótt hann hrópaði stundum, þá vann hann eins og hægt væri að hunsa sársauka.

More than once he fell and was dragged before rising again.

Oftar en einu sinni féll hann og var dreginn til baka áður en hann reis upp aftur.

Once, the sled rolled over him, and he limped from that moment on.

Einu sinni velti sleðinn yfir hann og hann haltraði frá þeirri stundu.

Still, he worked until camp was reached, and then lay by the fire.

Samt vann hann þar til komið var að tjaldbúðunum og lagðist síðan við eldinn.

By morning, Dave was too weak to travel or even stand upright.

Um morguninn var Dave of máttlaus til að ferðast eða jafnvel standa uppréttur.

At harness-up time, he tried to reach his driver with trembling effort.

Þegar kom að því að festa bílinn reyndi hann með skjálfandi fyrirhöfn að ná til ökumannsins.

He forced himself up, staggered, and collapsed onto the snowy ground.

Hann þvingaði sig upp, staulaðist og hrundi niður á snæviþakin jörðina.

Using his front legs, he dragged his body toward the harnessing area.

Með framfótunum dró hann líkama sinn að beislissvæðinu.

He hitched himself forward, inch by inch, toward the working dogs.

Hann teygði sig áfram, tommu fyrir tommu, í átt að vinnuhundunum.

His strength gave out, but he kept moving in his last desperate push.

Kraftarnir þutu út, en hann hélt áfram í sinni síðustu örvæntingarfullu tilraun.

His teammates saw him gasping in the snow, still longing to join them.

Liðsfélagar hans sáu hann gæsa í snjónum, enn þráandi að slást í för með þeim.

They heard him howling with sorrow as they left the camp behind.

Þau heyrðu hann ýlfra af sorg er þau yfirgáfu búðirnar.

As the team vanished into trees, Dave's cry echoed behind them.

Þegar hópurinn hvarf inn í trén ómaði óp Dave fyrir aftan þá.

The sled train halted briefly after crossing a stretch of river timber.

Sleðalestin stoppaði stutta stund eftir að hafa farið yfir árbakka.

The Scotch half-breed walked slowly back toward the camp behind.

Skoski hálfkynshundurinn gekk hægt aftur í átt að tjaldbúðunum fyrir aftan.

The men stopped speaking when they saw him leave the sled train.

Mennirnir hættu að tala þegar þeir sáu hann fara úr sleðalestinni.

Then a single gunshot rang out clear and sharp across the trail.

Þá heyrðist eitt skot, skýrt og hvasst, þvert yfir slóðann.

The man returned quickly and took up his place without a word.

Maðurinn sneri fljótt aftur og settist upp án þess að segja orð.

Whips cracked, bells jingled, and the sleds rolled on through snow.

Svipur buldu, bjöllur klingdu og sleðarnir rúlluðu áfram í gegnum snjóinn.

But Buck knew what had happened—and so did every other dog.

En Buck vissi hvað hafði gerst — og það gerðu allir aðrir hundar líka.

The Toil of Reins and Trail
Striði taumanna og slóðarinnar

Thirty days after leaving Dawson, the Salt Water Mail reached Skaguay.

Þrjátíu dögum eftir að Salt Water Mail fór frá Dawson kom það til Skaguay.

Buck and his teammates pulled the lead, arriving in pitiful condition.

Buck og liðsfélagar hans komust yfir og mættu í ömurlegu ástandi.

Buck had dropped from one hundred forty to one hundred fifteen pounds.

Buck hafði grennst úr hundrað fjörutíu pundum í hundrað og fimmtán pund.

The other dogs, though smaller, had lost even more body weight.

Hinir hundarnir, þótt þeir væru minni, höfðu misst enn meiri líkamsþyngd.

Pike, once a fake limper, now dragged a truly injured leg behind him.

Pike, sem áður var falskur haltrari, dró nú alvarlega meiddan fót á eftir sér.

Solleks was limping badly, and Dub had a wrenched shoulder blade.

Solleks haltraði illa og Dub var með slitið herðablað.

Every dog in the team was footsore from weeks on the frozen trail.

Allir hundarnir í liðinu voru með fæturna sára eftir að hafa verið á frosnum slóðum í margar vikur.

They had no spring left in their steps, only slow, dragging motion.

Þau höfðu engan fjörleik eftir í skrefum sínum, aðeins hægfara, dragandi hreyfingu.

Their feet hit the trail hard, each step adding more strain to their bodies.

Fæturnir þeirra lentu fast á slóðinni og hvert skref jók álagið á líkamann.

They were not sick, only drained beyond all natural recovery.

Þau voru ekki veik, bara úrvinda úr öllum eðlilegum bata.

This was not tiredness from one hard day, cured with a night's rest.

Þetta var ekki þreyta eftir einn erfiðan dag, læknuð með næturhvíld.

It was exhaustion built slowly through months of grueling effort.

Þetta var þreyta sem safnaðist hægt og rólega upp eftir margra mánaða erfiði.

No reserve strength remained—they had used up every bit they had.

Enginn varaafl eftir — þeir höfðu notað upp allt sem þeir áttu.

Every muscle, fiber, and cell in their bodies was spent and worn.

Hver einasta vöðvi, þráður og fruma í líkama þeirra var tæmd og slitin.

And there was a reason—they had covered twenty-five hundred miles.

Og það var ástæða — þau höfðu farið tuttugu og fimm hundruð mílur.

They had rested only five days during the last eighteen hundred miles.

Þau höfðu aðeins hvílst í fimm daga á síðustu átján hundruð mílunum.

When they reached Skaguay, they looked barely able to stand upright.

Þegar þau komu til Skaguay virtust þau varla geta staðið upprétt.

They struggled to keep the reins tight and stay ahead of the sled.

Þau áttu í erfiðleikum með að halda taumunum þéttum og vera á undan sleðanum.

On downhill slopes, they only managed to avoid being run over.

Í brekkunum tókst þeim aðeins að forðast að vera keyrt yfir.

"March on, poor sore feet," the driver said as they limped along.

„Áfram með þig, aumingjar, fæturnir," sagði bílstjórinn og þeir haltruðu áfram.

"This is the last stretch, then we all get one long rest, for sure."

„Þetta er síðasta teygjan, svo fáum við öll eina langa hvíld, það er víst."

"One truly long rest," he promised, watching them stagger forward.

„Ein alvöru löng hvíld," lofaði hann og horfði á þau staula áfram.

The drivers expected they were going to now get a long, needed break.

Bílstjórarnir bjuggust við að þeir fengju nú langt og nauðsynlegt hlé.

They had traveled twelve hundred miles with only two days' rest.

Þau höfðu ferðast tólf hundruð mílur með aðeins tveggja daga hvíld.

By fairness and reason, they felt they had earned time to relax.

Með réttlæti og skynsemi töldu þau sig hafa áunnið sér tíma til að slaka á.

But too many had come to the Klondike, and too few had stayed home.

En of margir höfðu komið til Klondike og of fáir höfðu verið heima.

Letters from families flooded in, creating piles of delayed mail.

Bréf frá fjölskyldum streymdu inn og sköpuðu hrúgur af seinkuðum pósti.

Official orders arrived—new Hudson Bay dogs were going to take over.

Opinberar skipanir bárust — nýir hundar frá Hudsonflóa áttu að taka við.

The exhausted dogs, now called worthless, were to be disposed of.

Úrvinda hundana, sem nú voru kallaðir einskis virði, átti að farga.

Since money mattered more than dogs, they were going to be sold cheaply.

Þar sem peningar skiptu meira máli en hundar, áttu þeir að vera seldir ódýrt.

Three more days passed before the dogs felt just how weak they were.

Þrír dagar liðu áður en hundarnir fundu hversu veikir þeir voru.

On the fourth morning, two men from the States bought the whole team.

Á fjórða morguninn keyptu tveir menn frá Bandaríkjunum allt liðið.

The sale included all the dogs, plus their worn harness gear.

Salan innihélt alla hundana, auk slitinna beisla þeirra.

The men called each other "Hal" and "Charles" as they completed the deal.

Mennirnir kölluðu hvor annan „Hal" og „Charles" þegar þeir kláruðu samninginn.

Charles was middle-aged, pale, with limp lips and fierce mustache tips.

Karl var á miðjum aldri, fölur, með linar varir og grimmilegan yfirvaraskegg.

Hal was a young man, maybe nineteen, wearing a cartridge-stuffed belt.

Hal var ungur maður, kannski nítján ára, með belti fyllt með skothylkjum.

The belt held a big revolver and a hunting knife, both unused.

Í beltinu var stór skammbyssa og veiðihnífur, bæði ónotuð.

It showed how inexperienced and unfit he was for northern life.

Það sýndi hversu óreyndur og óhæfur hann var til lífsins á norðurslóðum.

Neither man belonged in the wild; their presence defied all reason.

Hvorugur maðurinn átti heima í óbyggðunum; nærvera þeirra ögraði allri skynsemi.

Buck watched as money exchanged hands between buyer and agent.

Buck horfði á peningana skiptast á milli kaupanda og fasteignasala.

He knew the mail-train drivers were leaving his life like the rest.

Hann vissi að póstleststjórarnir væru að yfirgefa líf hans eins og hin.

They followed Perrault and François, now gone beyond recall.

Þeir fylgdu Perrault og François, sem nú voru orðnir ómananlegir.

Buck and the team were led to their new owners' sloppy camp.

Buck og teymið voru leiddir í kærulausa búðir nýju eigenda sinna.

The tent sagged, dishes were dirty, and everything lay in disarray.

Tjaldið síg, diskarnir voru óhreinir og allt var í óreiðu.

Buck noticed a woman there too—Mercedes, Charles's wife and Hal's sister.

Buck tók líka eftir konu þar — Mercedes, konu Charles og systur Hals.

They made a complete family, though far from suited to the trail.

Þau urðu heil fjölskylda, þótt þau væru langt frá því að vera til þess fallin að vera á gönguleiðinni.

Buck watched nervously as the trio started packing the supplies.

Buck horfði taugaóstyrkur á meðan þríeykið byrjaði að pakka vistunum.

They worked hard but without order—just fuss and wasted effort.

Þau unnu hörðum höndum en án reglu — bara vesen og sóun á fyrirhöfn.

The tent was rolled into a bulky shape, far too large for the sled.

Tjaldið var rúllað saman í fyrirferðarmikið form, alltof stórt fyrir sleðann.

Dirty dishes were packed without being cleaned or dried at all.

Óhreinum diskum var pakkað án þess að hafa verið þvegið eða þurrkað yfir höfuð.

Mercedes fluttered about, constantly talking, correcting, and meddling.

Mercedes flaksaði um, stöðugt að tala, leiðrétta og skipta sér af.

When a sack was placed on front, she insisted it go on the back.

Þegar poki var settur að framan, krafðist hún þess að hann væri aftan á.

She packed the sack in the bottom, and the next moment she needed it.

Hún pakkaði pokanum í botninn og á næstu augnabliki þurfti hún á honum að halda.

So the sled was unpacked again to reach the one specific bag.

Svo var sleðinn tekinn upp aftur til að ná í eina tiltekna töskuna.

Nearby, three men stood outside a tent, watching the scene unfold.

Þar skammt frá stóðu þrír menn fyrir utan tjald og horfðu á atburðarásina gerast.

They smiled, winked, and grinned at the newcomers' obvious confusion.

Þau brostu, kinkuðu kolli og glottu að augljósri ruglingi nýkominganna.

"You've got a right heavy load already," said one of the men.

„Þú ert nú þegar með ansi þunga byrði," sagði einn mannanna.

"I don't think you should carry that tent, but it's your choice."

„Ég held ekki að þú ættir að bera þetta tjald, en það er þitt val."

"Undreamed of!" cried Mercedes, throwing up her hands in despair.

„Ódreymt um!" hrópaði Mercedes og lyfti höndunum í örvæntingu.

"How could I possibly travel without a tent to stay under?"

„Hvernig gæti ég mögulega ferðast án þess að hafa tjald til að gista undir?"

"It's springtime—you won't see cold weather again," the man replied.

„Það er vor — þú munt ekki sjá kalt veður aftur," svaraði maðurinn.

But she shook her head, and they kept piling items onto the sled.

En hún hristi höfuðið og þau héldu áfram að hrúga hlutum á sleðann.

The load towered dangerously high as they added the final things.

Byrðin reis hættulega hátt þegar þeir bættu við síðustu hlutunum.

"Think the sled will ride?" asked one of the men with a skeptical look.

„Heldurðu að sleðinn muni ganga?" spurði einn mannanna með efasemdaraugum.

"Why shouldn't it?" Charles snapped back with sharp annoyance.

„Hvers vegna ekki?" svaraði Charles snöggt með mikilli pirringi.

"Oh, that's all right," the man said quickly, backing away from offense.

„Ó, þetta er allt í lagi," sagði maðurinn fljótt og bakkaði undan móðguninni.

"I was only wondering—it just looked a bit too top-heavy to me."

„Ég var bara að velta þessu fyrir mér — mér fannst þetta bara aðeins of þungt efst."

Charles turned away and tied down the load as best as he could.

Karl sneri sér undan og batt byrðina eins vel og hann gat.

But the lashings were loose and the packing poorly done overall.

En festingarnar voru lausar og pökkunin illa gerð í heildina.

"Sure, the dogs will pull that all day," another man said sarcastically.

„Jú, hundarnir munu draga þetta allan daginn," sagði annar maður kaldhæðnislega.

"Of course," Hal replied coldly, grabbing the sled's long gee-pole.

„Auðvitað," svaraði Hal kalt og greip í langa gæsastöng sleðans.

With one hand on the pole, he swung the whip in the other.

Með aðra höndina á stönginni sveiflaði hann svipunni í hinni.

"Let's go!" he shouted. "Move it!" urging the dogs to start.

„Förum!" hrópaði hann. „Færið ykkur!" og hvatti hundana til að ræsa.

The dogs leaned into the harness and strained for a few moments.

Hundarnir hölluðu sér í beislið og þvinguðust í nokkrar stundir.

Then they stopped, unable to budge the overloaded sled an inch.

Þá námu þeir staðar, ófær um að hreyfa ofhlaðna sleðann þumlung.

"The lazy brutes!" Hal yelled, lifting the whip to strike them.

„Lötu skepnurnar!" öskraði Hal og lyfti svipunni til að slá þau.

But Mercedes rushed in and seized the whip from Hal's hands.

En Mercedes þaut inn og greip svipuna úr höndum Hals.

"Oh, Hal, don't you dare hurt them," she cried in alarm.

„Ó, Hal, þorðu ekki að meiða þá," hrópaði hún óttaslegin.

"Promise me you'll be kind to them, or I won't go another step."

„Lofaðu mér að vera góður við þá, annars fer ég ekki skref lengra."

"You don't know a thing about dogs," Hal snapped at his sister.

„Þú veist ekkert um hunda," sagði Hal snöggt við systur sína.

"They're lazy, and the only way to move them is to whip them."

„Þeir eru latir og eina leiðin til að hreyfa þá er að svipa þá."

"Ask anyone—ask one of those men over there if you doubt me."

„Spyrðu hvern sem er — spurðu einhvern af þessum mönnum þarna ef þú efast um mig."

Mercedes looked at the onlookers with pleading, tearful eyes.

Mercedes horfði á áhorfendurna með biðjandi, tárvotum augum.

Her face showed how deeply she hated the sight of any pain.

Svipbrigði hennar sýndu hversu djúpt henni líkaði sjónina af sársauka.

"They're weak, that's all," one man said. "They're worn out."

„Þau eru veik, það er allt og sumt," sagði einn maður. „Þau eru úrvinda."

"They need rest—they've been worked too long without a break."

„Þau þurfa hvíld — þau hafa verið að vinna of lengi án hlés."

"Rest be cursed," Hal muttered with his lip curled.

„Bölvaður sé hvíldin," muldraði Hal með krumpuðum vörum.

Mercedes gasped, clearly pained by the coarse word from him.

Mercedes dró andann djúpt, greinilega sár yfir dónalegu orðunum frá honum.

Still, she stayed loyal and instantly defended her brother.

Samt sem áður var hún trú og varði bróður sinn samstundis.

"Don't mind that man," she said to Hal. "They're our dogs."

„Hafðu ekki áhyggjur af þessum manni," sagði hún við Hal. „Þetta eru hundarnir okkar."

"You drive them as you see fit—do what you think is right."

„Þú keyrir þá eins og þér sýnist — gerðu það sem þér finnst rétt."

Hal raised the whip and struck the dogs again without mercy.

Hal lyfti svipunni og sló hundana aftur miskunnarlaust.

They lunged forward, bodies low, feet pushing into the snow.

Þau stukku fram, líkaminn lágt, fæturnir ýttir sér ofan í snjóinn.

All their strength went into the pull, but the sled wasn't moving.

Öllum kröftum þeirra fór í togið, en sleðinn hreyfðist ekki.

The sled stayed stuck, like an anchor frozen into the packed snow.

Sleðinn sat fastur, eins og akkeri sem hafði frosið í þjöppuðum snjónum.

After a second effort, the dogs stopped again, panting hard.

Eftir aðra tilraun námu hundarnir aftur staðar, andstuttir.

Hal raised the whip once more, just as Mercedes interfered again.

Hal lyfti svipunni enn á ný, rétt þegar Mercedes greip aftur inn í.

She dropped to her knees in front of Buck and hugged his neck.

Hún féll á kné fyrir framan Buck og faðmaði um háls hans.

Tears filled her eyes as she pleaded with the exhausted dog.

Tár fylltu augu hennar er hún sárbað þreytta hundinn.

"You poor dears," she said, "why don't you just pull harder?"

„Þið vesalings elskurnar," sagði hún, „af hverju togið þið ekki bara fastar?"

"If you pull, then you won't get to be whipped like this."

„Ef þú togar, þá færðu ekki að vera þískaður svona."

Buck disliked Mercedes, but he was too tired to resist her now.

Buck hafði ekki gaman af Mercedes, en hann var of þreyttur til að veita henni mótspyrnu núna.

He accepted her tears as just another part of the miserable day.

Hann tók tár hennar sem bara einn hluta af hinum ömurlega degi.

One of the watching men finally spoke after holding back his anger.

Einn af mönnunum sem voru að horfa á tók loksins til máls eftir að hafa haldið aftur af reiði sinni.

"I don't care what happens to you folks, but those dogs matter."

„Mér er alveg sama hvað verður um ykkur, en þessir hundar skipta máli."

"If you want to help, break that sled loose—it's frozen to the snow."

„Ef þú vilt hjálpa, þá skaltu brjóta sleðann lausan — hann er frosinn fastur í snjónum."

"Push hard on the gee-pole, right and left, and break the ice seal."

„Ýttu fast á jökulstöngina, hægri og vinstri, og brjóttu ísinnsiglið."

A third attempt was made, this time following the man's suggestion.

Þriðja tilraun var gerð, að þessu sinni eftir tillögu mannsins.

Hal rocked the sled from side to side, breaking the runners loose.

Hal vaggaði sleðanum til og frá og losaði meðfærin.

The sled, though overloaded and awkward, finally lurched forward.

Sleðinn, þótt ofhlaðinn og klaufalegur væri, kipptist loksins áfram.

Buck and the others pulled wildly, driven by a storm of whiplashes.

Buck og hinir drógu óðfluga úr stað, knúnir áfram af fellibyl af svipuhöggum.

A hundred yards ahead, the trail curved and sloped into the street.

Hundrað metrum fyrir framan beygði slóðinn og hallaði niður á götuna.

It was going to have taken a skilled driver to keep the sled upright.

Það hefði þurft reyndan ökumann til að halda sleðanum uppréttum.

Hal was not skilled, and the sled tipped as it swung around the bend.

Hal var ekki fær í ferðinni og sleðinn hallaði sér þegar hann sveiflaðist í beygjunni.

Loose lashings gave way, and half the load spilled onto the snow.

Lausar festingar gáfu sig og helmingur farmsins rann út á snjóinn.

The dogs did not stop; the lighter sled flew along on its side.

Hundarnir námu ekki staðar; léttari sleðinn flaug áfram á hliðinni.

Angry from abuse and the heavy burden, the dogs ran faster.

Hundarnir voru reiðir af misþyrmingunum og þunga byrðinni og hlupu hraðar.

Buck, in fury, broke into a run, with the team following behind.

Buck, í reiði, byrjaði að hlaupa, og liðið fylgdi á eftir.

Hal shouted "Whoa! Whoa!" but the team paid no attention to him.

Hal hrópaði „Vó! Vó!" en liðið gaf honum engan gaum.

He tripped, fell, and was dragged along the ground by the harness.

Hann hrasaði, féll og var dreginn eftir jörðinni í beislinu.

The overturned sled bumped over him as the dogs raced on ahead.

Sleðinn sem hafði fallið skall á hann á meðan hundarnir þutu á undan.

The rest of the supplies scattered across Skaguay's busy street.

Restin af birgðunum dreifðist um annasama götu Skaguay.

Kind-hearted people rushed to stop the dogs and gather the gear.

Góðhjartað fólk flýtti sér að stöðva hundana og safna saman búnaðinum.

They also gave advice, blunt and practical, to the new travelers.

Þau gáfu einnig nýju ferðalöngum ráð, beinskeytt og hagnýt.

"If you want to reach Dawson, take half the load and double the dogs."

„Ef þú vilt ná til Dawson, taktu þá helminginn af farminum og tvöfaldaðu hundana."

Hal, Charles, and Mercedes listened, though not with enthusiasm.

Hal, Charles og Mercedes hlustuðu, þó ekki með miklum áhuga.

They pitched their tent and started sorting through their supplies.

Þau settu upp tjaldið sitt og fóru að flokka vistir sínar.

Out came canned goods, which made onlookers laugh aloud.

Út komu niðursoðnar vörur sem fengu áhorfendur til að hlæja upphátt.

"Canned stuff on the trail? You'll starve before that melts," one said.

„Niðursoðið dót á slóðinni? Þú munt svelta áður en það bráðnar," sagði einn.

"Hotel blankets? You're better off throwing them all out."

„Hótelteppi? Það er betra að henda þeim öllum."

"Ditch the tent, too, and no one washes dishes here."

„Hendið líka tjaldinu, og enginn þvær upp hér."

"You think you're riding a Pullman train with servants on board?"

„Heldurðu að þú sért að ferðast með Pullman-lest með
þjónustufólki um borð?"

**The process began—every useless item was tossed to the
side.**

Ferlið hófst — öllum ónothæfum hlutum var hent til hliðar.

**Mercedes cried when her bags were emptied onto the snowy
ground.**

Mercedes grét þegar töskunum hennar var tæmt á snæviþakin
jörð.

**She sobbed over every item thrown out, one by one without
pause.**

Hún grét yfir hverjum einasta hlut sem hent var út, einum af
öðrum, án þess að stoppa.

**She vowed not to go one more step—not even for ten
Charleses.**

Hún sór þess eið að ganga ekki eitt skref lengra – ekki einu
sinni fyrir tíu Karla.

**She begged each person nearby to let her keep her precious
things.**

Hún bað alla í nágrenninu um að leyfa sér að geyma dýrmætu
hlutina sína.

**At last, she wiped her eyes and began tossing even vital
clothes.**

Loksins þurrkaði hún sér um augun og fór að henda jafnvel
nauðsynlegum fötum.

**When done with her own, she began emptying the men's
supplies.**

Þegar hún var búin með sína eigin birgðir fór hún að tæma
birgðir mannanna.

**Like a whirlwind, she tore through Charles and Hal's
belongings.**

Eins og hvirfilvindur reif hún í gegnum eigur Charles og Hals.

**Though the load was halved, it was still far heavier than
needed.**

Þótt álagið hefði minnkað um helming var það samt miklu
þyngra en þörf var á.

That night, Charles and Hal went out and bought six new dogs.

Um kvöldið fóru Charles og Hal út og keyptu sex nýja hunda.

These new dogs joined the original six, plus Teek and Koona.

Þessir nýju hundar bættust við upprunalegu sex, auk Teek og Koona.

Together they made a team of fourteen dogs hitched to the sled.

Saman mynduðu þeir fjórtán hunda sem voru tengdir við sleðann.

But the new dogs were unfit and poorly trained for sled work.

En nýju hundarnir voru óhæfir og illa þjálfaðir til sleðavinnu.

Three of the dogs were short-haired pointers, and one was a Newfoundland.

Þrír hundanna voru stutthærðir pointerhundar og einn var af nýfundnalandsætt.

The final two dogs were mutts of no clear breed or purpose at all.

Síðustu tveir hundarnir voru múslímar án skýrs kyns eða tilgangs.

They didn't understand the trail, and they didn't learn it quickly.

Þau skildu ekki slóðina og lærðu hana ekki fljótt.

Buck and his mates watched them with scorn and deep irritation.

Buck og félagar hans horfðu á þá með fyrirlitningu og djúpri pirringi.

Though Buck taught them what not to do, he could not teach duty.

Þótt Buck kenndi þeim hvað ekki ætti að gera, gat hann ekki kennt þeim skyldu.

They didn't take well to trail life or the pull of reins and sleds.

Þeim líkaði ekki vel við lífið á slóðum eða taumhald og sleða.

Only the mongrels tried to adapt, and even they lacked fighting spirit.

Aðeins blendingarnir reyndu að aðlagast og jafnvel þeir skorti baráttuanda.

The other dogs were confused, weakened, and broken by their new life.

Hinir hundarnir voru ruglaðir, veikir og niðurbrotnir í nýja lífi sínu.

With the new dogs clueless and the old ones exhausted, hope was thin.

Þar sem nýju hundarnir voru ráðalausir og þeir gömlu úrvinda var vonin lítil.

Buck's team had covered twenty-five hundred miles of harsh trail.

Lið Bucks hafði lagt að baki tuttugu og fimm hundruð kílómetra af erfiðri slóð.

Still, the two men were cheerful and proud of their large dog team.

Samt sem áður voru mennirnir tveir kátir og stoltir af stóra hundaliðinu sínu.

They thought they were traveling in style, with fourteen dogs hitched.

Þau héldu að þau væru að ferðast með stæl, með fjórtán hunda í vagninum.

They had seen sleds leave for Dawson, and others arrive from it.

Þau höfðu séð sleða leggja af stað til Dawson og aðra koma þaðan.

But never had they seen one pulled by as many as fourteen dogs.

En aldrei höfðu þau séð einn dreginn af jafn mörgum og fjórtán hundum.

There was a reason such teams were rare in the Arctic wilderness.

Það var ástæða fyrir því að slík lið voru sjaldgæf í óbyggðum norðurslóða.

No sled could carry enough food to feed fourteen dogs for the trip.

Enginn sleði gat borið nægan mat til að fæða fjórtán hunda í ferðinni.

But Charles and Hal didn't know that—they had done the math.

En Charles og Hal vissu það ekki — þeir höfðu reiknað það út.

They penciled out the food: so much per dog, so many days, done.

Þau skrifuðu niður matinn með blýanti: svo mikið á hvern hund, svo marga daga, tilbúið.

Mercedes looked at their figures and nodded as if it made sense.

Mercedes leit á tölurnar þeirra og kinkaði kolli eins og það væri rökrétt.

It all seemed very simple to her, at least on paper.

Þetta virtist allt mjög einfalt fyrir henni, að minnsta kosti á pappírnum.

The next morning, Buck led the team slowly up the snowy street.

Næsta morgun leiddi Buck hópinn hægt upp snæviþakta götuna.

There was no energy or spirit in him or the dogs behind him.

Það var hvorki orka né lífskraftur í honum né hundunum á eftir honum.

They were dead tired from the start—there was no reserve left.

Þau voru dauðþreytt frá upphafi — það var enginn varasjóður eftir.

Buck had made four trips between Salt Water and Dawson already.

Buck hafði þegar farið fjórar ferðir milli Salt Water og Dawson.

Now, faced with the same trail again, he felt nothing but bitterness.

Nú, þegar hann stóð aftur frammi fyrir sömu slóð, fann hann ekkert nema beiskju.

His heart was not in it, nor were the hearts of the other dogs.

Hjarta hans var ekki með í því, né heldur hjörtu hinna hundanna.

The new dogs were timid, and the huskies lacked all trust.

Nýju hundarnir voru feimnir og husky-hundarnir skorti allt traust.

Buck sensed he could not rely on these two men or their sister.

Buck fann að hann gat ekki treyst á þessa tvo menn eða systur þeirra.

They knew nothing and showed no signs of learning on the trail.

Þau vissu ekkert og sýndu engin merki um að læra á leiðinni.

They were disorganized and lacked any sense of discipline.

Þau voru óskipulagð og skorti alla aga.

It took them half the night to set up a sloppy camp each time.

Það tók þá hálfa nóttina að koma sér upp sloppnu tjaldbúðum í hvert skipti.

And half the next morning they spent fumbling with the sled again.

Og hálfan næsta morgun eyddu þeir aftur í að fikta við sleðann.

By noon, they often stopped just to fix the uneven load.

Um hádegi stoppuðu þeir oft bara til að laga ójafnan farm.

On some days, they traveled less than ten miles in total.

Suma daga ferðuðust þau innan við tíu kílómetra samtals.

Other days, they didn't manage to leave camp at all.

Aðra daga tókst þeim alls ekki að yfirgefa búðirnar.

They never came close to covering the planned food-distance.

Þau komust aldrei nálægt því að fara yfir áætlaða matarfjarlægð.

As expected, they ran short on food for the dogs very quickly.

Eins og búist var við, þá kláruðust hundarnir fljótt í
matarskort.

They made matters worse by overfeeding in the early days.

Þeir gerðu illt verra með því að offóðra í fyrstu.

This brought starvation closer with every careless ration.

Þetta færði hungursneyð nær með hverri kærulausri
skömmtun.

The new dogs had not learned to survive on very little.

Nýju hundarnir höfðu ekki lært að lifa af á mjög litlu.

They ate hungrily, with appetites too large for the trail.

Þau borðuðu svangir, með of mikla matarlyst fyrir slóðina.

**Seeing the dogs weaken, Hal believed the food wasn't
enough.**

Þegar Hal sá hundana veikjast taldi hann að maturinn væri
ekki nóg.

He doubled the rations, making the mistake even worse.

Hann tvöfaldaði skammtana og gerði mistökin enn verri.

Mercedes added to the problem with tears and soft pleading.

Mercedes bætti við vandamálið með tárum og mjúkri bæn.

When she couldn't convince Hal, she fed the dogs in secret.

Þegar henni tókst ekki að sannfæra Hal, gaf hún hundunum
að éta í leyni.

**She stole from the fish sacks and gave it to them behind his
back.**

Hún stal úr fiskisekkjunum og gaf þeim það á bak við bakið á
honum.

**But what the dogs truly needed wasn't more food—it was
rest.**

En það sem hundarnir þurftu í raun og veru ekki meiri mat –
heldur hvíld.

**They were making poor time, but the heavy sled still
dragged on.**

Þau voru að ná lélegum tíma, en þungi sleðinn dróst samt
áfram.

**That weight alone drained their remaining strength each
day.**

Þessi þyngd ein og sér tæmdi þá sem eftir voru af þeim á hverjum degi.

Then came the stage of underfeeding as the supplies ran low.

Þá kom að því að næringarskorturinn varð þegar birgðirnar voru þrotnar.

Hal realized one morning that half the dog food was already gone.

Hal áttaði sig einn morguninn á því að helmingurinn af hundamatnum var þegar búinn.

They had only traveled a quarter of the total trail distance.

Þau höfðu aðeins farið fjórðung af heildarvegalengdinni á leiðinni.

No more food could be bought, no matter what price was offered.

Ekki var hægt að kaupa meiri mat, sama hvaða verð var í boði.

He reduced the dogs' portions below the standard daily ration.

Hann minnkaði skammta hundanna niður fyrir venjulegan dagskammt.

At the same time, he demanded longer travel to make up for loss.

Jafnframt krafðist hann lengri ferðalaga til að bæta upp tapið.

Mercedes and Charles supported this plan, but failed in execution.

Mercedes og Charles studdu þessa áætlun en framkvæmd hennar mistókst.

Their heavy sled and lack of skill made progress nearly impossible.

Þungur sleði þeirra og skortur á færni gerði það nær ómögulegt að komast áfram.

It was easy to give less food, but impossible to force more effort.

Það var auðvelt að gefa minna mat, en ómögulegt að þvinga fram meiri fyrirhöfn.

They couldn't start early, nor could they travel for extra hours.

Þau gátu ekki byrjað snemma né heldur ferðast í lengri tíma.

They didn't know how to work the dogs, nor themselves, for that matter.

Þau vissu ekki hvernig ætti að vinna hundana, né sjálf sig, ef út í það er farið.

The first dog to die was Dub, the unlucky but hardworking thief.

Fyrsti hundurinn sem dó var Dub, óheppni en duglegi þjófurinn.

Though often punished, Dub had pulled his weight without complaint.

Þótt Dub hefði oft verið refsað, þá stóð hann sig án þess að kvarta.

His injured shoulder grew worse without care or needed rest.

Öxl hans versnaði án umönnunar eða þörf á hvíld.

Finally, Hal used the revolver to end Dub's suffering.

Að lokum notaði Hal skammbyssuna til að binda enda á þjáningar Dubs.

A common saying claimed that normal dogs die on husky rations.

Algeng málsháttur hélt því fram að venjulegir hundar deyi á husky-fóðurskammti.

Buck's six new companions had only half the husky's share of food.

Sex nýju félagar Bucks fengu aðeins helminginn af matnum sem husky-hundurinn fékk.

The Newfoundland died first, then the three short-haired pointers.

Nýfundnalandshundurinn dó fyrst, síðan þrír stutthærðu pointerhundarnir.

The two mongrels held on longer but finally perished like the rest.

Blendingarnir tveir héldu út lengur en fórust að lokum eins og hinir.

By this time, all the amenities and gentleness of the Southland were gone.

Á þessum tíma voru allir þægindi og blíðu Suðurlandsins horfnir.

The three people had shed the last traces of their civilized upbringing.

Þessir þrír höfðu losað sig við síðustu ummerki siðmenntaðrar uppeldis síns.

Stripped of glamour and romance, Arctic travel became brutally real.

Svipt glamúr og rómantík urðu ferðalög um norðurslóðir grimmilega raunveruleg.

It was a reality too harsh for their sense of manhood and womanhood.

Þetta var veruleiki of harður fyrir tilfinningu þeirra fyrir karlmennsku og kvenleika.

Mercedes no longer wept for the dogs, but now wept only for herself.

Mercedes grét ekki lengur yfir hundunum, heldur grét nú aðeins yfir sjálfri sér.

She spent her time crying and quarreling with Hal and Charles.

Hún eyddi tímanum í að gráta og rífast við Hal og Charles.

Quarreling was the one thing they were never too tired to do.

Rifrildi voru það eina sem þau voru aldrei of þreytt til að gera.

Their irritability came from misery, grew with it, and surpassed it.

Pirringur þeirra stafaði af eymdinni, jókst með henni og fór fram úr henni.

The patience of the trail, known to those who toil and suffer kindly, never came.

Þolinmæði slóðarinnar, sem þeir sem strita og þjást af góðvild þekkja, kom aldrei.

That patience, which keeps speech sweet through pain, was unknown to them.

Sú þolinmæði, sem heldur tali sætu þrátt fyrir sársauka, var þeim ókunn.

They had no hint of patience, no strength drawn from suffering with grace.

Þau höfðu engan vott af þolinmæði, engan styrk sem sóttist í þjáningar með náð.

They were stiff with pain—aching in their muscles, bones, and hearts.

Þau voru stirð af sársauka — aum í vöðvum, beinum og hjörtum.

Because of this, they grew sharp of tongue and quick with harsh words.

Vegna þessa urðu þeir hvassir í tungu og fljótir til að mæla hörðum orðum.

Each day began and ended with angry voices and bitter complaints.

Hver dagur hófst og endaði með reiðilegum röddum og bitrum kvörtunum.

Charles and Hal wrangled whenever Mercedes gave them a chance.

Charles og Hal rifust alltaf þegar Mercedes gaf þeim tækifæri.

Each man believed he did more than his fair share of the work.

Hver maður taldi sig hafa gert meira en sanngjarnt var fyrir verkið.

Neither ever missed a chance to say so, again and again.

Hvorugur þeirra lét tækifærið renna til að segja það, aftur og aftur.

Sometimes Mercedes sided with Charles, sometimes with Hal.

Stundum tók Mercedes afstöðu með Charles, stundum með Hal.

This led to a grand and endless quarrel among the three.

Þetta leiddi til mikilla og endalausra rifrilda milli þeirra þriggja.

A dispute over who should chop firewood grew out of control.

Deila um hver ætti að höggva eldivið fór úr böndunum.

Soon, fathers, mothers, cousins, and dead relatives were named.
Fljótlega voru feður, mæður, frændsystkini og látnir ættingjar nefndir á nafn.

Hal's views on art or his uncle's plays became part of the fight.
Skoðanir Hals á list eða leikrit frænda síns urðu hluti af baráttunni.

Charles's political beliefs also entered the debate.
Stjórnmálaskoðanir Karls komu einnig inn í umræðuna.

To Mercedes, even her husband's sister's gossip seemed relevant.
Jafnvel slúður systur eiginmanns hennar virtist viðeigandi fyrir Mercedes.

She aired opinions on that and on many of Charles's family's flaws.
Hún lét skoðanir sínar í ljós um það og um marga af göllum fjölskyldu Karls.

While they argued, the fire stayed unlit and camp half set.
Meðan þau rifust var eldurinn slökktur og tjaldbúðirnar hálfkveiktar.

Meanwhile, the dogs remained cold and without any food.
Á meðan voru hundarnir kaldir og án nokkurs matar.

Mercedes held a grievance she considered deeply personal.
Mercedes hafði kvörtun sem hún taldi mjög persónulega.

She felt mistreated as a woman, denied her gentle privileges.
Henni fannst hún vera illa farið með sem kona, neitað um blíðu forréttindi sín.

She was pretty and soft, and used to chivalry all her life.
Hún var falleg og mjúk og riddarleg alla sína ævi.

But her husband and brother now treated her with impatience.
En eiginmaður hennar og bróðir sýndu henni nú óþolinmæði.

Her habit was to act helpless, and they began to complain.
Hún var vön að hegða sér hjálparvana og þau fóru að kvarta.

Offended by this, she made their lives all the more difficult.
Hún móðgaðist yfir þessu og gerði líf þeirra enn erfiðara.

She ignored the dogs and insisted on riding the sled herself.
Hún hunsaði hundana og krafðist þess að fá að fara sjálf á sleðanum.

Though light in looks, she weighed one hundred twenty pounds.
Þótt hún væri létt að útliti vó hún eitt hundrað og tuttugu pund.

That added burden was too much for the starving, weak dogs.
Þessi aukabyrði var of mikil fyrir sveltandi, veikburða hundana.

Still, she rode for days, until the dogs collapsed in the reins.
Samt reið hún í daga, þar til hundarnir féllu saman í taumunum.

The sled stood still, and Charles and Hal begged her to walk.
Sleðinn stóð kyrr og Charles og Hal báðu hana um að ganga.

They pleaded and entreated, but she wept and called them cruel.
Þau sárbændu og sárbændu, en hún grét og kallaði þau grimm.

On one occasion, they pulled her off the sled with sheer force and anger.
Einu sinni drógu þeir hana af sleðanum með hreinu afli og reiði.

They never tried again after what happened that time.
Þau reyndu aldrei aftur eftir það sem gerðist þann tíma.

She went limp like a spoiled child and sat in the snow.
Hún haltraði eins og spillt barn og settist í snjóinn.

They moved on, but she refused to rise or follow behind.
Þau héldu áfram, en hún neitaði að standa upp eða fylgja á eftir.

After three miles, they stopped, returned, and carried her back.
Eftir þrjár mílur stöðvuðu þau, sneru aftur og báru hana til baka.

They reloaded her onto the sled, again using brute strength.

Þeir hlóðu hana aftur upp á sleðann, aftur með hörku afli.

**In their deep misery, they were callous to the dogs'
suffering.**

Í djúpri eymd sinni voru þeir tilfinningalausir gagnvart
þjáningum hundanna.

**Hal believed one must get hardened and forced that belief
on others.**

Hal trúði því að maður yrði að herða sig og þröngvaði þeirri
trú upp á aðra.

He first tried to preach his philosophy to his sister

Hann reyndi fyrst að prédika heimspeki sína fyrir systur sinni

and then, without success, he preached to his brother-in-law.

og síðan, án árangurs, prédikaði hann fyrir mág sínum.

**He had more success with the dogs, but only because he hurt
them.**

Hann hafði meiri árangur með hundunum, en aðeins vegna
þess að hann meiddi þá.

At Five Fingers, the dog food ran out of food completely.

Hjá Five Fingers kláraðist hundamaturinn alveg.

**A toothless old squaw sold a few pounds of frozen horse-
hide**

Tannlaus gamall squat seldi nokkur pund af frosnu
hestaskinni

Hal traded his revolver for the dried horse-hide.

Hal skipti skammbyssunni sinni út fyrir þurrkaða hesthúð.

**The meat had come from starved horses of cattlemen months
before.**

Kjötið hafði komið af sveltandi hestum nautgripabænda
mánuðum áður.

**Frozen, the hide was like galvanized iron; tough and
inedible.**

Frosin, skinnið var eins og galvaniseruðu járni; sterkt og óæt.

The dogs had to chew endlessly at the hide to eat it.

Hundarnir þurftu að tyggja endalaust á felunni til að éta hana.

**But the leathery strings and short hair were hardly
nourishment.**

En leðurkenndu strengirnir og stutta hárið voru varla næring.

Most of the hide was irritating, and not food in any true sense.

Mest af skinninu var pirrandi og ekki fæða í neinum eiginlegum skilningi.

And through it all, Buck staggered at the front, like in a nightmare.

Og þrátt fyrir allt þetta staulaðist Buck fremst, eins og í martröð.

He pulled when able; when not, he lay until whip or club raised him.

Hann togaði þegar hann gat; þegar hann gat það ekki lá hann þar til svipa eða kylfa lyfti honum.

His fine, glossy coat had lost all stiffness and sheen it once had.

Fínn, glansandi feldurinn hans hafði misst allan stífleika og gljáa sem hann hafði áður haft.

His hair hung limp, draggled, and clotted with dried blood from the blows.

Hár hans hékk slappt, úfið og storknað af þurrkuðu blóði eftir höggin.

His muscles shrank to cords, and his flesh pads were all worn away.

Vöðvarnir hans minnkuðu í strengi og holdspúðarnir voru allir slitnir.

Each rib, each bone showed clearly through folds of wrinkled skin.

Hvert rifbein, hvert bein, sást greinilega í gegnum fellingar af hrukkuðum húðflúr.

It was heartbreaking, yet Buck's heart could not break.

Það var hjartnæmt, en samt gat hjarta Bucks ekki brotnað.

The man in the red sweater had tested that and proved it long ago.

Maðurinn í rauða peysunni hafði prófað það og sannað það fyrir löngu síðan.

As it was with Buck, so it was with all his remaining teammates.

Eins og það var með Buck, svo var það líka með alla hans eftirlifandi liðsfélaga.

There were seven in total, each one a walking skeleton of misery.

Þeir voru sjö alls, hver og einn eins og gangandi beinagrind eymdar.

They had grown numb to lash, feeling only distant pain.

Þau voru dofin og máttlaus, fundu aðeins fyrir fjarlægum sársauka.

Even sight and sound reached them faintly, as through a thick fog.

Jafnvel sjón og heyrn náðu til þeirra dauflega, eins og í gegnum þykka þoku.

They were not half alive—they were bones with dim sparks inside.

Þau voru ekki hálf lifandi — þau voru bein með daufum neistum innan í.

When stopped, they collapsed like corpses, their sparks almost gone.

Þegar þeir voru stöðvaðir hrundu þeir saman eins og lík, neistarnir næstum horfnir.

And when the whip or club struck again, the sparks fluttered weakly.

Og þegar svipan eða kylfan sló aftur, flautuðu neistarnir veikt.

Then they rose, staggered forward, and dragged their limbs ahead.

Þá risu þau upp, stauluðust áfram og drógu útlimina áfram.

One day kind Billee fell and could no longer rise at all.

Dag einn féll góðhjartaði Billee og gat alls ekki risið upp aftur.

Hal had traded his revolver, so he used an axe to kill Billee instead.

Hal hafði skipt á skammbyssu sinni, svo hann notaði öxi til að drepa Billee í staðinn.

He struck him on the head, then cut his body free and dragged it away.

Hann sló hann í höfuðið, skar síðan líkama hans lausan og dró hann burt.

Buck saw this, and so did the others; they knew death was near.

Buck sá þetta, og hinir líka; þeir vissu að dauðinn var í nánd.

Next day Koona went, leaving just five dogs in the starving team.

Daginn eftir fór Koona og skildi aðeins fimm hunda eftir í sveltandi hópnum.

Joe, no longer mean, was too far gone to be aware of much at all.

Joe, ekki lengur vondur, var of langt genginn til að vita af miklu.

Pike, no longer faking his injury, was barely conscious.

Pike, sem ekki lengur þóttist meiða sig, var varla meðvitundarlaus.

Solleks, still faithful, mourned he had no strength to give.

Solleks, enn trúr, harmaði að hann hefði engan kraft til að gefa.

Teek was beaten most because he was fresher, but fading fast.

Teek var mest barinn vegna þess að hann var ferskari en dofnaði hratt.

And Buck, still in the lead, no longer kept order or enforced it.

Og Buck, enn í forystu, hélt ekki lengur uppi reglu né framfylgdi henni.

Half blind with weakness, Buck followed the trail by feel alone.

Hálfblindur af veikleika fylgdi Buck slóðinni eingöngu eftir tilfinningunni.

It was beautiful spring weather, but none of them noticed it.

Það var dásamlegt vorveður, en enginn þeirra tók eftir því.

Each day the sun rose earlier and set later than before.

Á hverjum degi reis sólin fyrr og settist seinna en áður.

By three in the morning, dawn had come; twilight lasted till nine.

Klukkan þrjú um nóttina rann upp dögun; rökkrið varði til níu.

The long days were filled with the full blaze of spring sunshine.
Langir dagarnir voru fylltir af geislandi vorsólarinnar.
The ghostly silence of winter had changed into a warm murmur.
Draugaleg þögn vetrarins hafði breyst í hlýjan mulning.
All the land was waking, alive with the joy of living things.
Allt landið vaknaði, lifandi af gleði lifandi vera.
The sound came from what had lain dead and still through winter.
Hljóðið kom frá því sem hafði legið dautt og kyrrt allan veturinn.
Now, those things moved again, shaking off the long frost sleep.
Nú hreyfðust þessir hlutir aftur og hristu af sér hinn langa frostsvefni.
Sap was rising through the dark trunks of the waiting pine trees.
Safi steig upp úr dökkum stofnum furutrjánna sem biðu.
Willows and aspens burst out bright young buds on each twig.
Víðir og öspur skjóta fram björtum ungum knappum á hverri grein.
Shrubs and vines put on fresh green as the woods came alive.
Runnar og vínviður fengu ferskan grænan lit þegar skógurinn lifnaði við.
Crickets chirped at night, and bugs crawled in daylight sun.
Krybbur kvittruðu á nóttunni og skordýr skriðu í dagsbirtunni.
Partridges boomed, and woodpeckers knocked deep in the trees.
Grjóthænur dundu og spætur börðust djúpt í trjánum.
Squirrels chattered, birds sang, and geese honked over the dogs.
Íkornar kvöddu, fuglar sungu og gæsir flautu yfir hundunum.

The wild-fowl came in sharp wedges, flying up from the south.

Villifuglinn kom í hvössum hópum, flugandi upp úr suðri.

From every hillside came the music of hidden, rushing streams.

Frá hverri hlíð barst tónlist frá földum, straumandi lökkum.

All things thawed and snapped, bent and burst back into motion.

Allt þiðnaði og brotnaði, beygðist og sprakk aftur af stað.

The Yukon strained to break the cold chains of frozen ice.

Júkon reyndi að brjóta kælikeðjurnar úr frosnu ísnum.

The ice melted underneath, while the sun melted it from above.

Ísinn bráðnaði undir, en sólin bræddi hann að ofan.

Air-holes opened, cracks spread, and chunks fell into the river.

Loftgöt opnuðust, sprungur breiddust út og brotin féllu í ána.

Amid all this bursting and blazing life, the travelers staggered.

Mitt í öllu þessu iðandi og líflega lífi reikuðu ferðalangarnir.

Two men, a woman, and a pack of huskies walked like the dead.

Tveir menn, kona og hópur af husky-hundum gengu eins og dauðir menn.

The dogs were falling, Mercedes wept, but still rode the sled.

Hundarnir voru að detta, Mercedes grét, en ók samt á sleðanum.

Hal cursed weakly, and Charles blinked through watering eyes.

Hal bölvaði máttlaust og Charles blikkaði augunum með tárvotum augum.

They stumbled into John Thornton's camp by White River's mouth.

Þeir rákust inn í herbúðir Johns Thorntons við ósa Hvítaár.

When they stopped, the dogs dropped flat, as if all struck dead.

Þegar þeir námu staðar féllu hundarnir flatir niður, eins og allir hefðu dottið dauðir niður.

Mercedes wiped her tears and looked across at John Thornton.

Mercedes þerraði tárin og leit yfir á John Thornton.

Charles sat on a log, slowly and stiffly, aching from the trail.

Karl sat hægt og stirðlega á trjábol, verkjandi eftir slóðina.

Hal did the talking as Thornton carved the end of an axe-handle.

Hal talaði fyrir sér á meðan Thornton höggva út endann á öxarskafti.

He whittled birch wood and answered with brief, firm replies.

Hann hjó birkivið og svaraði með stuttum, ákveðnum tilsvörum.

When asked, he gave advice, certain it wasn't going to be followed.

Þegar hann var spurður gaf hann ráð, viss um að þeim yrði ekki fylgt.

Hal explained, "They told us the trail ice was dropping out."

Hal útskýrði: „Þeir sögðu okkur að ísinn á slóðinni væri að dofna."

"They said we should stay put—but we made it to White River."

„Þau sögðu að við ættum að vera kyrr — en við komumst að White River."

He ended with a sneering tone, as if to claim victory in hardship.

Hann endaði með hæðnislegum tón, eins og hann væri að lýsa yfir sigri í erfiðleikum.

"And they told you true," John Thornton answered Hal quietly.

„Og þeir sögðu þér satt," svaraði John Thornton Hal rólega.

"The ice may give way at any moment—it's ready to drop out."

„Ísinn getur gefið sig hvenær sem er — hann er tilbúinn að detta af."

"Only blind luck and fools could have made it this far alive."

„Aðeins blind heppni og fífl hefðu getað komist svona langt lifandi."

"I tell you straight, I wouldn't risk my life for all Alaska's gold."

„Ég segi þér það alveg hreinskilnislega, ég myndi ekki hætta lífi mínu fyrir allt gullið í Alaska."

"That's because you're not a fool, I suppose," Hal answered.

„Það er vegna þess að þú ert ekki fífl, geri ég ráð fyrir," svaraði Hal.

"All the same, we'll go on to Dawson." He uncoiled his whip.

„En samt sem áður förum við áfram til Dawson." Hann reif af sér svipuna.

"Get up there, Buck! Hi! Get up! Go on!" he shouted harshly.

„Komdu upp, Buck! Hæ! Komdu upp! Komdu!" hrópaði hann hvösslega.

Thornton kept whittling, knowing fools won't hear reason.

Thornton hélt áfram að fikta, vitandi að fífl hlusta ekki á rök.

To stop a fool was futile—and two or three fooled changed nothing.

Að stöðva fífl var tilgangslaust — og tveir eða þrír fífl breyttu engu.

But the team didn't move at the sound of Hal's command.

En liðið hreyfði sig ekki við skipun Hals.

By now, only blows could make them rise and pull forward.

Núna gætu aðeins högg fengið þá til að rísa og dragast áfram.

The whip snapped again and again across the weakened dogs.

Svipan sleit aftur og aftur yfir veikburða hundana.

John Thornton pressed his lips tightly and watched in silence.

John Thornton kreisti varirnar þétt saman og horfði þegjandi á.

Solleks was the first to crawl to his feet under the lash.

Solleks var fyrstur til að skríða á fætur undir svipuhögginu.

Then Teek followed, trembling. Joe yelped as he stumbled up.

Þá fylgdi Teek á eftir, skjálfandi. Joe öskraði þegar hann staulaðist upp.

Pike tried to rise, failed twice, then finally stood unsteadily.

Pike reyndi að rísa á fætur, mistókst tvisvar sinnum, en stóð loksins óstöðugur á fætur.

But Buck lay where he had fallen, not moving at all this time.

En Buck lá þar sem hann hafði fallið, hreyfði sig alls ekki að þessu sinni.

The whip slashed him over and over, but he made no sound.

Svipan sló hann aftur og aftur, en hann gaf ekkert hljóð frá sér.

He did not flinch or resist, simply remained still and quiet.

Hann hvorki hikaði né veitti mótspyrnu, heldur var bara kyrr og hljóður.

Thornton stirred more than once, as if to speak, but didn't.

Thornton hrærði sig oftar en einu sinni, eins og hann ætlaði að tala, en gerði það ekki.

His eyes grew wet, and still the whip cracked against Buck.

Augun hans urðu blaut og svipan brotnaði enn gegn Buck.

At last, Thornton began pacing slowly, unsure of what to do.

Loksins fór Thornton að ganga hægt fram og til baka, óviss um hvað hann ætti að gera.

It was the first time Buck had failed, and Hal grew furious.

Þetta var í fyrsta skipti sem Buck mistókst og Hal varð ævareiður.

He threw down the whip and picked up the heavy club instead.

Hann kastaði svipunni frá sér og tók upp þunga kylfuna í staðinn.

The wooden club came down hard, but Buck still did not rise to move.

Trékylfan féll fast niður, en Buck reis samt ekki á fætur til að hreyfa sig.

Like his teammates, he was too weak — but more than that.

Eins og liðsfélagar hans var hann of veikburða — en meira en það.

Buck had decided not to move, no matter what came next.

Buck hafði ákveðið að hreyfa sig ekki, sama hvað kæmi næst.

He felt something dark and certain hovering just ahead.

Hann fann eitthvað dimmt og öruggt sveima rétt fyrir framan hann.

That dread had seized him as soon as he reached the riverbank.

Þessi ótti hafði gripið hann um leið og hann kom að árbakkanum.

The feeling had not left him since he felt the ice thin under his paws.

Tilfinningin hafði ekki horfið frá honum síðan hann fann ísinn þunnan undir loppunum.

Something terrible was waiting—he felt it just down the trail.

Eitthvað hræðilegt beið hans — hann fann það rétt niður slóðann.

He wasn't going to walk towards that terrible thing ahead

Hann ætlaði ekki að ganga í átt að þessum hræðilega hlut framundan

He was not going to obey any command that took him to that thing.

Hann ætlaði ekki að hlýða neinum skipunum sem leiddu hann til þessa.

The pain of the blows hardly touched him now—he was too far gone.

Sársaukinn af höggunum snerti hann varla núna — hann var of langt horfinn.

The spark of life flickered low, dimmed beneath each cruel strike.

Lífsneistinn blikkaði lágt, dofnaði undir hverju grimmilega höggi.

His limbs felt distant; his whole body seemed to belong to another.

Limir hans voru fjarlægir; allur líkami hans virtist tilheyra öðrum.

He felt a strange numbness as the pain faded out completely.

Hann fann fyrir undarlegri dofa þegar sársaukinn hvarf alveg.

From far away, he sensed he was being beaten, but barely knew.

Hann fann að verið var að barsmíða sig úr fjarlægð en vissi varla af því.

He could hear the thuds faintly, but they no longer truly hurt.

Hann heyrði dynkin dauft, en þau voru ekki lengur raunverulega sár.

The blows landed, but his body no longer seemed like his own.

Höggin lentu en líkami hans virtist ekki lengur hans eigin.

Then suddenly, without warning, John Thornton gave a wild cry.

Þá skyndilega, án viðvörunar, rak John Thornton upp óp.

It was inarticulate, more the cry of a beast than of a man.

Það var óskýrt, frekar óp dýrs en manns.

He leapt at the man with the club and knocked Hal backward.

Hann stökk á manninn með kylfuna og sló Hal aftur á bak.

Hal flew as if struck by a tree, landing hard upon the ground.

Hal flaug eins og tré hefði rekist á hann og lenti þungt á jörðinni.

Mercedes screamed aloud in panic and clutched at her face.

Mercedes öskraði upphátt í örvæntingu og greip um andlit hennar.

Charles only looked on, wiped his eyes, and stayed seated.

Karl horfði bara á, þurrkaði sér um augun og sat síðan kyrr.

His body was too stiff with pain to rise or help in the fight.

Líkami hans var of stífur af sársauka til að geta risið upp eða hjálpað til í bardaganum.

Thornton stood over Buck, trembling with fury, unable to speak.

Thornton stóð yfir Buck, skjálfandi af reiði, ófær um að tala.

He shook with rage and fought to find his voice through it.

Hann skalf af reiði og barðist við að finna rödd sína í gegnum hana.

"If you strike that dog again, I'll kill you," he finally said.

„Ef þú slærð þennan hund aftur, þá drep ég þig," sagði hann loksins.

Hal wiped blood from his mouth and came forward again.

Hal þurrkaði sér blóðið og kom fram aftur.

"It's my dog," he muttered. "Get out of the way, or I'll fix you."

„Þetta er hundurinn minn," muldraði hann. „Farðu úr veginum, eða ég laga þig."

"I'm going to Dawson, and you're not stopping me," he added.

„Ég er að fara til Dawson og þú ætlar ekki að stoppa mig," bætti hann við.

Thornton stood firm between Buck and the angry young man.

Thornton stóð fastur á milli Bucks og hins reiða unga manns.

He had no intention of stepping aside or letting Hal pass.

Hann hafði ekki í hyggju að stíga til hliðar eða láta Hal fara fram hjá sér.

Hal pulled out his hunting knife, long and dangerous in hand.

Hal dró upp veiðihnífinn sinn, langan og hættulega í hendinni.

Mercedes screamed, then cried, then laughed in wild hysteria.

Mercedes öskraði, grét svo og hló svo í villtri móðursýki.

Thornton struck Hal's hand with his axe-handle, hard and fast.

Thornton sló fast og hratt í hönd Hals með öxarskaftinu.

The knife was knocked loose from Hal's grip and flew to the ground.

Hnífurinn losnaði úr greipum Hals og flaug til jarðar.

Hal tried to pick the knife up, and Thornton rapped his knuckles again.

Hal reyndi að taka hnífinn upp og Thornton barði aftur á hnúana.

Then Thornton stooped down, grabbed the knife, and held it.

Þá laut Thornton niður, greip hnífinn og hélt á honum.

With two quick chops of the axe-handle, he cut Buck's reins.

Með tveimur hröðum höggum með öxarskaftinu hjó hann á taumana á Buck.

Hal had no fight left in him and stepped back from the dog.

Hal hafði enga baráttu eftir og steig á bak frá hundinum.

Besides, Mercedes needed both arms now to keep her upright.

Auk þess þurfti Mercedes nú báða handleggina til að halda sér uppréttri.

Buck was too near death to be of use for pulling a sled again.

Buck var of nærri dauðanum til að geta dregið sleða aftur.

A few minutes later, they pulled out, heading down the river.

Fáeinum mínútum síðar lögðu þau af stað og héldu niður ána.

Buck raised his head weakly and watched them leave the bank.

Buck lyfti höfðinu máttlaust og horfði á þá fara úr bankanum.

Pike led the team, with Solleks at the rear in the wheel spot.

Pike leiddi liðið, með Solleks aftast í stýrissætinu.

Joe and Teek walked between, both limping with exhaustion.

Joe og Teek gengu á milli, báðir haltrandi af þreytu.

Mercedes sat on the sled, and Hal gripped the long gee-pole.

Mercedes sat á sleðanum og Hal greip í langa gæsastöngina.

Charles stumbled behind, his steps clumsy and uncertain.

Karl hrasaði á eftir sér, klaufalegur og óöruggur í skrefunum.

Thornton knelt by Buck and gently felt for broken bones.

Thornton kraup við hlið Bucks og þreifaði varlega eftir brotum.

His hands were rough but moved with kindness and care.
Hendur hans voru hrjúfar en hreyfðust af góðvild og
umhyggju.
Buck's body was bruised but showed no lasting injury.
Líkami Bucks var marinn en engin varanleg meiðsli reyndust.
What remained was terrible hunger and near-total weakness.
Það sem eftir var var hræðileg hungursneyð og nær alger
máttleysi.
By the time this was clear, the sled had gone far downriver.
Þegar þetta var orðið ljóst var sleðinn kominn langt niður ána.
**Man and dog watched the sled slowly crawl over the
cracking ice.**
Maður og hundur horfðu á sleðann skríða hægt yfir sprunginn
ísinn.
Then, they saw the sled sink down into a hollow.
Þá sáu þau sleðann sökkva ofan í dæld.
The gee-pole flew up, with Hal still clinging to it in vain.
Gístöngin flaug upp, og Hal hélt enn fast í hana til einskis.
Mercedes's scream reached them across the cold distance.
Óp Mercedes barst til þeirra yfir kalda fjarlægðina.
Charles turned and stepped back—but he was too late.
Karl sneri sér við og steig til baka – en hann var of seinn.
A whole ice sheet gave way, and they all dropped through.
Heil ísbreiðan gaf sig og þau féllu öll í gegn.
Dogs, sled, and people vanished into the black water below.
Hundar, sleðar og fólk hurfu í svarta vatnið fyrir neðan.
Only a wide hole in the ice was left where they had passed.
Aðeins stórt gat var eftir í ísnum þar sem þeir höfðu farið fram
hjá.
**The trail's bottom had dropped out—just as Thornton
warned.**
Botn slóðarinnar hafði dottið út — rétt eins og Thornton
varaði við.
**Thornton and Buck looked at one another, silent for a
moment.**
Thornton og Buck horfðu hvor á annan, þöglir um stund.

"You poor devil," said Thornton softly, and Buck licked his hand.

„Þú vesalings djöfull," sagði Thornton lágt og Buck sleikti höndina á honum.

For the Love of a Man
Fyrir ást mannsins

John Thornton froze his feet in the cold of the previous December.

John Thornton fraus fæturna í kuldanum í desember síðastliðnum.

His partners made him comfortable and left him to recover alone.

Samstarfsaðilar hans létu honum líða vel og létu hann einn jafna sig.

They went up the river to gather a raft of saw-logs for Dawson.

Þau fóru upp ána til að safna saman sagviðarflóka fyrir Dawson.

He was still limping slightly when he rescued Buck from death.

Hann haltraði enn lítillega þegar hann bjargaði Buck frá dauða.

But with warm weather continuing, even that limp disappeared.

En með áframhaldandi hlýju veðri hvarf jafnvel þessi haltur.

Lying by the riverbank during long spring days, Buck rested.

Buck hvíldi sig við árbakkann á löngum vordögum.

He watched the flowing water and listened to birds and insects.

Hann horfði á rennandi vatnið og hlustaði á fugla og skordýr.

Slowly, Buck regained his strength under the sun and sky.

Hægt og rólega endurheimti Buck krafta sína undir sólinni og himninum.

A rest felt wonderful after traveling three thousand miles.

Hvíldin var dásamleg eftir að hafa ferðast þrjú þúsund kílómetra.

Buck became lazy as his wounds healed and his body filled out.

Buck varð latur þegar sár hans gróu og líkami hans fylltist.

His muscles grew firm, and flesh returned to cover his bones.
Vöðvarnir hans stinnnuðu og hold huldi beinin aftur.
They were all resting—Buck, Thornton, Skeet, and Nig.
Þau voru öll að hvíla sig — Buck, Thornton, Skeet og Nig.
They waited for the raft that was going to carry them down to Dawson.
Þau biðu eftir flekanum sem átti að flytja þau niður til Dawson.
Skeet was a small Irish setter who made friends with Buck.
Skeet var lítill írskur setter sem vingast við Buck.
Buck was too weak and ill to resist her at their first meeting.
Buck var of veikur og veikur til að veita henni mótspyrnu við fyrsta fund þeirra.
Skeet had the healer trait that some dogs naturally possess.
Skeet hafði þann lækningaeiginleika sem sumir hundar hafa náttúrulega.
Like a mother cat, she licked and cleaned Buck's raw wounds.
Eins og kattarmamma sleikti hún og hreinsaði hrá sár Bucks.
Every morning after breakfast, she repeated her careful work.
Á hverjum morgni eftir morgunmat endurtók hún vandlega vinnu sína.
Buck came to expect her help as much as he did Thornton's.
Buck fór að vænta hjálpar hennar jafn mikið og hann vænti hjálpar Thorntons.
Nig was friendly too, but less open and less affectionate.
Nig var líka vingjarnleg, en minna opinská og minna ástúðleg.
Nig was a big black dog, part bloodhound and part deerhound.
Nig var stór svartur hundur, hálfur blóðhundur og hálfur dádýrahundur.
He had laughing eyes and endless good nature in his spirit.
Hann hafði brosandi augu og endalausa góðvild í anda sínum.
To Buck's surprise, neither dog showed jealousy toward him.

Buck til undrunar sýndi hvorugur hundurinn honum öfund.

Both Skeet and Nig shared the kindness of John Thornton.

Bæði Skeet og Nig nutu sömu góðvildar og John Thornton.

As Buck got stronger, they lured him into foolish dog games.

Þegar Buck varð sterkari lokkuðu þeir hann í heimskulega hundaleiki.

Thornton often played with them too, unable to resist their joy.

Thornton lék sér líka oft við þau, ófær um að standast gleði þeirra.

In this playful way, Buck moved from illness to a new life.

Á þennan leikræna hátt færðist Buck frá veikindum yfir í nýtt líf.

Love—true, burning, and passionate love—was his at last.

Ástin – sönn, brennandi og ástríðufull ást – var loksins hans.

He had never known this kind of love at Miller's estate.

Hann hafði aldrei kynnst þess konar ást á bústað Millers.

With the Judge's sons, he had shared work and adventure.

Með sonum dómarans hafði hann deilt verkum og ævintýrum.

With the grandsons, he saw stiff and boastful pride.

Hjá barnabörnunum sá hann stífan og montinn stolt.

With Judge Miller himself, he had a respectful friendship.

Við dómara Miller sjálfan átti hann virðingarfullan vin.

But love that was fire, madness, and worship came with Thornton.

En ást sem var eldur, brjálæði og tilbeiðsla kom með Thornton.

This man had saved Buck's life, and that alone meant a great deal.

Þessi maður hafði bjargað lífi Bucks, og það eitt og sér þýddi heilmikið.

But more than that, John Thornton was the ideal kind of master.

En meira en það, John Thornton var kjörinn meistari.

Other men cared for dogs out of duty or business necessity.

Aðrir menn annast hunda af skyldu eða nauðsyn í atvinnuskyni.

John Thornton cared for his dogs as if they were his children.

John Thornton annaðist hundana sína eins og þeir væru börnin hans.

He cared for them because he loved them and simply could not help it.

Hann elskaði þau af því að hann gat einfaldlega ekki að því gert.

John Thornton saw even further than most men ever managed to see.

John Thornton sá jafnvel lengra en flestir menn nokkurn tímann náðu að sjá.

He never forgot to greet them kindly or speak a cheering word.

Hann gleymdi aldrei að heilsa þeim vinsamlega eða segja hlýlegt orð.

He loved sitting down with the dogs for long talks, or "gassy," as he said.

Hann elskaði að sitja niður með hundunum í löngum samræðum, eða „loftgosi" eins og hann sagði.

He liked to seize Buck's head roughly between his strong hands.

Honum líkaði að grípa harkalega um höfuð Bucks milli sterkra handa sinna.

Then he rested his own head against Buck's and shook him gently.

Svo lagði hann höfuðið að höfði Bucks og hristi hann hann varlega.

All the while, he called Buck rude names that meant love to Buck.

Allan tímann kallaði hann Buck dónaleg nöfn sem þýddu ást fyrir Buck.

To Buck, that rough embrace and those words brought deep joy.

Þessi hrjúfa faðmlag og þessi orð veittu Buck djúpa gleði.

His heart seemed to shake loose with happiness at each movement.

Hjarta hans virtist titra af hamingju við hverja hreyfingu.

When he sprang up afterward, his mouth looked like it laughed.

Þegar hann spratt upp á eftir leit út eins og munnurinn á honum væri að hlæja.

His eyes shone brightly and his throat trembled with unspoken joy.

Augun hans skinu skært og hálsinn titraði af ólýsanlegri gleði.

His smile stood still in that state of emotion and glowing affection.

Bros hans stóð kyrrt í þessu tilfinningaástandi og geislandi ástúð.

Then Thornton exclaimed thoughtfully, "God! he can almost speak!"

Þá hrópaði Thornton hugsi: „Guð minn góður! hann getur næstum talað!"

Buck had a strange way of expressing love that nearly caused pain.

Buck hafði undarlega leið til að tjá ást sem næstum olli sársauka.

He often griped Thornton's hand in his teeth very tightly.

Hann greip oft mjög fast í hönd Thorntons.

The bite was going to leave deep marks that stayed for some time after.

Bitið átti eftir að skilja eftir djúp spor sem héldu áfram um tíma á eftir.

Buck believed those oaths were love, and Thornton knew the same.

Buck trúði því að þessir eiðar væru ást, og Thornton vissi það sama.

Most often, Buck's love showed in quiet, almost silent adoration.

Oftast birtist ást Bucks í hljóðri, næstum þögulli aðdáun.

Though thrilled when touched or spoken to, he did not seek attention.

Þótt hann væri himinlifandi þegar hann var snert eða talað við hann, þá leitaði hann ekki athygli.

Skeet nudged her nose under Thornton's hand until he petted her.

Skeet ýtti við trýninu undir hönd Thorntons þar til hann strauk henni.

Nig walked up quietly and rested his large head on Thornton's knee.

Nig gekk hljóðlega upp að honum og lagði stóra höfuðið á hné Thorntons.

Buck, in contrast, was satisfied to love from a respectful distance.

Buck, hins vegar, var ánægður með að elska úr virðulegri fjarlægð.

He lied for hours at Thornton's feet, alert and watching closely.

Hann lá klukkustundum saman við fætur Thorntons, vakandi og fylgist grannt með.

Buck studied every detail of his master's face and slightest motion.

Buck rannsakaði hvert smáatriði í andliti húsbónda síns og minnstu hreyfingar.

Or lied farther away, studying the man's shape in silence.

Eða laug lengra í burtu, rannsakaði lögun mannsins í þögn.

Buck watched each small move, each shift in posture or gesture.

Buck fylgdist með hverri litlu hreyfingu, hverri breytingu á líkamsstöðu eða látbragði.

So powerful was this connection that often pulled Thornton's gaze.

Svo sterk var þessi tenging að hún dró oft athygli Thorntons.

He met Buck's eyes with no words, love shining clearly through.

Hann mætti augnaráði Bucks án orða, ástin skein skýrt í gegnum hann.

For a long while after being saved, Buck never let Thornton out of sight.

Langt síðan Buck bjargaði Thornton, en hann sleppti honum aldrei úr augsýn.

Whenever Thornton left the tent, Buck followed him closely outside.

Alltaf þegar Thornton fór úr tjaldinu fylgdi Buck honum fast á eftir út.

All the harsh masters in the Northland had made Buck afraid to trust.

Allir hinir hörðu húsbændur í Norðurlandinu höfðu gert Buck hræddan við að treysta.

He feared no man could remain his master for more than a short time.

Hann óttaðist að enginn maður gæti verið húsbóndi hans lengur en í stuttan tíma.

He feared John Thornton was going to vanish like Perrault and François.

Hann óttaðist að John Thornton myndi hverfa eins og Perrault og François.

Even at night, the fear of losing him haunted Buck's restless sleep.

Jafnvel á nóttunni ásótti óttinn við að missa hann órólegan svefn Bucks.

When Buck woke, he crept out into the cold, and went to the tent.

Þegar Buck vaknaði, læddist hann út í kuldann og gekk að tjaldinu.

He listened carefully for the soft sound of breathing inside.

Hann hlustaði vandlega eftir mjúkum andardrátt inni í sér.

Despite Buck's deep love for John Thornton, the wild stayed alive.

Þrátt fyrir djúpa ást Bucks á John Thornton, lifði villidýrin af.

That primitive instinct, awakened in the North, did not disappear.

Þessi frumstæða eðlishvöt, sem vaknaði í norðri, hvarf ekki.

Love brought devotion, loyalty, and the fire-side's warm bond.

Ástin færði hollustu, tryggð og hlýju bandi arinsins.

But Buck also kept his wild instincts, sharp and ever alert.

En Buck hélt líka villtum eðlishvötum sínum, skörpum og alltaf vakandi.

He was not just a tamed pet from the soft lands of civilization.

Hann var ekki bara tamt gæludýr frá mjúkum löndum siðmenningarinnar.

Buck was a wild being who had come in to sit by Thornton's fire.

Buck var villidýr sem hafði komið inn til að sitja við eldinn hjá Thornton.

He looked like a Southland dog, but wildness lived within him.

Hann leit út eins og Suðurlandshundur, en villimennska bjó í honum.

His love for Thornton was too great to allow theft from the man.

Ást hans á Thornton var of mikil til að leyfa þjófnað frá manninum.

But in any other camp, he would steal boldly and without pause.

En í hvaða öðrum herbúðum sem er myndi hann stela djarflega og án þess að hika.

He was so clever in stealing that no one could catch or accuse him.

Hann var svo klár í að stela að enginn gat náð honum né ásakað hann.

His face and body were covered in scars from many past fights.

Andlit hans og líkami voru þakin örum eftir mörg fyrri bardaga.

Buck still fought fiercely, but now he fought with more cunning.

Buck barðist enn af hörku, en nú barðist hann af meiri lævísi.

Skeet and Nig were too gentle to fight, and they were Thornton's.

Skeet og Nig voru of blíðir til að berjast, og þeir voru Thorntons.

But any strange dog, no matter how strong or brave, gave way.

En hver sá ókunnugi hundur, sama hversu sterkur eða hugrakkur hann var, gafst upp.

Otherwise, the dog found itself battling Buck; fighting for its life.

Annars endaði hundurinn á því að berjast við Buck; berjast fyrir lífi sínu.

Buck had no mercy once he chose to fight against another dog.

Buck sýndi enga miskunn þegar hann valdi að berjast við annan hund.

He had learned well the law of club and fang in the Northland.

Hann hafði lært vel lögmál kylfu og vígtennta á Norðurlandi.

He never gave up an advantage and never backed away from battle.

Hann lét aldrei af forskoti og bakkaði aldrei úr bardaga.

He had studied Spitz and the fiercest dogs of mail and police.

Hann hafði rannsakað Spitz-hunda og grimmustu póst- og lögregluhunda.

He knew clearly there was no middle ground in wild combat.

Hann vissi greinilega að enginn millivegur væri til í villtum bardögum.

He must rule or be ruled; showing mercy meant showing weakness.

Hann verður að stjórna eða láta stjórnast; að sýna miskunn þýddi að sýna veikleika.

Mercy was unknown in the raw and brutal world of survival.

Miskunn var óþekkt í hráum og grimmilegum heimi lifunarinnar.

To show mercy was seen as fear, and fear led quickly to death.

Að sýna miskunn var litið á sem ótta, og ótti leiddi fljótt til dauða.

The old law was simple: kill or be killed, eat or be eaten.

Gamla lögmálið var einfalt: drepa eða verða drepinn, borða eða verða étinn.

That law came from the depths of time, and Buck followed it fully.

Þessi lögmál kom úr djúpi tímans og Buck fylgdi því til hlítar.

Buck was older than his years and the number of breaths he took.

Buck var eldri en aldur hans og fjöldi andardrátta sem hann dró.

He connected the ancient past with the present moment clearly.

Hann tengdi fortíðina greinilega við nútímann.

The deep rhythms of the ages moved through him like the tides.

Djúpir taktar aldanna hreyfðust í gegnum hann eins og sjávarföll.

Time pulsed in his blood as surely as seasons moved the earth.

Tíminn pulsaði í blóði hans eins örugglega og árstíðirnar færðu jörðina til hreyfingar.

He sat by Thornton's fire, strong-chested and white-fanged.

Hann sat við eldinn hjá Thornton, með sterkar bringur og hvítar vígtennur.

His long fur waved, but behind him the spirits of wild dogs watched.

Langi feldurinn hans veifaði, en fyrir aftan hann fylgdust andar villihunda með.

Half-wolves and full wolves stirred within his heart and senses.

Hálfur úlfar og heilir úlfar hrærðust í hjarta hans og skilningarvitum.

They tasted his meat and drank the same water that he did.

Þau smökkuðu kjötið hans og drukku sama vatnið og hann.

They sniffed the wind alongside him and listened to the forest.

Þau þefuðu af vindinum við hlið hans og hlustuðu á skógarsuðinn.

They whispered the meanings of the wild sounds in the darkness.

Þau hvísluðu merkingu villihljóðanna í myrkrinu.

They shaped his moods and guided each of his quiet reactions.

Þau mótuðu skap hans og stýrðu öllum hans hljóðlátu viðbrögðum.

They lay with him as he slept and became part of his deep dreams.

Þau lágu hjá honum á meðan hann svaf og urðu hluti af djúpum draumum hans.

They dreamed with him, beyond him, and made up his very spirit.

Þau dreymdu með honum, handan hans, og mynduðu sjálfan anda hans.

The spirits of the wild called so strongly that Buck felt pulled.

Andar villidýranna kölluðu svo sterkt að Buck fann til togunar.

Each day, mankind and its claims grew weaker in Buck's heart.

Með hverjum deginum veiktist mannkynið og kröfur þess í hjarta Bucks.

Deep in the forest, a strange and thrilling call was going to rise.

Djúpt inni í skóginum var undarlegt og spennandi kall að heyrast.

Every time he heard the call, Buck felt an urge he could not resist.

Í hvert skipti sem Buck heyrði kallið fann hann óstöðvandi löngun.

He was going to turn from the fire and from the beaten human paths.

Hann ætlaði að snúa sér frá eldinum og frá troðnum slóðum manna.

He was going to plunge into the forest, going forward without knowing why.

Hann ætlaði að steypa sér inn í skóginn, halda áfram án þess að vita hvers vegna.

He did not question this pull, for the call was deep and powerful.

Hann efaðist ekki um þetta aðdráttarafl, því kallið var djúpt og kröftugt.

Often, he reached the green shade and soft untouched earth

Oft náði hann í græna skuggann og mjúka, ósnortna jörðina

But then the strong love for John Thornton pulled him back to the fire.

En þá dró sterk ást á John Thornton hann aftur að eldinum.

Only John Thornton truly held Buck's wild heart in his grasp.

Aðeins John Thornton hélt í raun og veru villta hjarta Bucks í faðmi sér.

The rest of mankind had no lasting value or meaning to Buck.

Restin af mannkyninu hafði ekkert varanlegt gildi eða merkingu fyrir Buck.

Strangers might praise him or stroke his fur with friendly hands.

Ókunnugir gætu hrósað honum eða strjúkt feldinn hans með vinalegum höndum.

Buck remained unmoved and walked off from too much affection.

Buck var óhrærður og gekk í burtu vegna of mikillar ástúðar.

Hans and Pete arrived with the raft that had long been awaited

Hans og Pétur komu með flekann sem lengi hafði verið beðið eftir

Buck ignored them until he learned they were close to Thornton.

Buck hunsaði þau þar til hann komst að því að þau voru nálægt Thornton.

After that, he tolerated them, but never showed them full warmth.

Eftir það þoldi hann þau en sýndi þeim aldrei fulla hlýju.

He took food or kindness from them as if doing them a favor.

Hann þáði mat eða góðvild frá þeim eins og hann væri að gera þeim greiða.

They were like Thornton—simple, honest, and clear in thought.

Þau voru eins og Thornton — einföld, heiðarleg og skýr í hugsun.

All together they traveled to Dawson's saw-mill and the great eddy

Öll saman ferðuðust þau til sagverks Dawsons og hins mikla hvirfils.

On their journey the learned to understand Buck's nature deeply.

Á ferðalagi sínu lærðu þau að skilja eðli Bucks til fulls.

They did not try to grow close like Skeet and Nig had done.

Þau reyndu ekki að verða náin eins og Skeet og Nig höfðu gert.

But Buck's love for John Thornton only deepened over time.

En ást Bucks á John Thornton jókst aðeins með tímanum.

Only Thornton could place a pack on Buck's back in the summer.

Aðeins Thornton gat sett bakpoka á bak Bucks í sumar.

Whatever Thornton commanded, Buck was willing to do fully.

Buck var tilbúinn að gera hvað sem Thornton bauð honum að gera.

One day, after they left Dawson for the headwaters of the Tanana,

Dag einn, eftir að þau lögðu af stað frá Dawson og áttu leið að upptökum Tanana-árinnar,

the group sat on a cliff that dropped three feet to bare bedrock.

Hópurinn sat á kletti sem féll þrjá feta niður á beran berggrunn.

John Thornton sat near the edge, and Buck rested beside him.

John Thornton sat nálægt brúninni og Buck hvíldi sig við hlið hans.

Thornton had a sudden thought and called the men's attention.

Thornton fékk skyndilega hugsun og vakti athygli mannanna.

He pointed across the chasm and gave Buck a single command.

Hann benti yfir gjána og gaf Buck eina skipun.

"Jump, Buck!" he said, swinging his arm out over the drop.

„Hoppaðu, Buck!" sagði hann og sveiflaði hendinni yfir dropann.

In a moment, he had to grab Buck, who was leaping to obey.

Á augabragði varð hann að grípa í Buck, sem stökk til að hlýða.

Hans and Pete rushed forward and pulled both back to safety.

Hans og Pétur hlupu fram og drógu báða aftur í öruggt skjól.

After all ended, and they had caught their breath, Pete spoke up.

Eftir að öllu var lokið og þau höfðu náð andanum, tók Pétur til máls.

"The love's uncanny," he said, shaken by the dog's fierce devotion.

„Ástin er óhugnanleg," sagði hann, skelfdur af brennandi hollustu hundsins.

Thornton shook his head and replied with calm seriousness.

Thornton hristi höfuðið og svaraði með rólegri alvöru.

"No, the love is splendid," he said, "but also terrible."

„Nei, ástin er dásamleg," sagði hann, „en líka hræðileg."

"Sometimes, I must admit, this kind of love makes me afraid."

„Stundum verð ég að viðurkenna að þessi tegund ástar gerir mig hræddan."

Pete nodded and said, "I'd hate to be the man who touches you."

Pétur kinkaði kolli og sagði: „Mig langar ekki til að vera maðurinn sem snertir þig."

He looked at Buck as he spoke, serious and full of respect.

Hann horfði á Buck meðan hann talaði, alvarlegur og fullur virðingar.

"Py Jingo!" said Hans quickly. "Me either, no sir."

„Py Jingo!" sagði Hans fljótt. „Ég heldur ekki, herra minn."

Before the year ended, Pete's fears came true at Circle City.

Áður en árið lauk rættist ótti Pete í Circle City.

A cruel man named Black Burton picked a fight in the bar.

Grimmur maður að nafni Black Burton hóf slagsmál á barnum.

He was angry and malicious, lashing out at a new tenderfoot.

Hann var reiður og illgjarn og réðst á nýjan, viðkvæman mann.

John Thornton stepped in, calm and good-natured as always.

John Thornton kom inn í myndina, rólegur og góðlyndur eins og alltaf.

Buck lay in a corner, head down, watching Thornton closely.

Buck lá í horni, með höfuðið niðurbeygt, og fylgdist grannt með Thornton.

Burton suddenly struck, his punch sending Thornton spinning.

Burton sló skyndilega til og hnefahöggið hans olli því að Thornton varð órólegur.

Only the bar's rail kept him from crashing hard to the ground.

Aðeins handriðið á stönginni kom í veg fyrir að hann féll harkalega til jarðar.

The watchers heard a sound that was not bark or yelp

Áhorfendurnir heyrðu hljóð sem var ekki gelt eða æp

a deep roar came from Buck as he launched toward the man.

Djúpt öskur heyrðist frá Buck er hann þaut í átt að manninum.

Burton threw his arm up and barely saved his own life.

Burton kastaði hendinni upp og bjargaði naumlega lífi sínu.

Buck crashed into him, knocking him flat onto the floor.

Buck rakst á hann og sló hann flatan á gólfið.

Buck bit deep into the man's arm, then lunged for the throat.

Buck beit djúpt í handlegg mannsins og réðst síðan á hálsinn.

Burton could only partly block, and his neck was torn open.

Burton gat aðeins að hluta til varið boltann og hálsinn á honum rifnaði upp.

Men rushed in, clubs raised, and drove Buck off the bleeding man.

Menn þustu inn, lyftu kylfunum og ráku Buck af blóðuga manninum.

A surgeon worked quickly to stop the blood from flowing out.

Skurðlæknir vann hratt að því að stöðva blóðflæðið.

Buck paced and growled, trying to attack again and again.

Buck gekk fram og til baka og urraði, reyndi að ráðast á aftur og aftur.

Only swinging clubs kept him back from reaching Burton.

Aðeins sveiflukylfur komu í veg fyrir að hann næði Burton.

A miners' meeting was called and held right there on the spot.

Fundur námumanna var boðaður og haldinn á staðnum.

They agreed Buck had been provoked and voted to set him free.

Þau voru sammála um að Buck hefði verið ögraður og kusu að láta hann lausan.

But Buck's fierce name now echoed in every camp in Alaska.

En heiftarlegt nafn Bucks ómaði nú í öllum búðum Alaska.

Later that fall, Buck saved Thornton again in a new way.

Seinna um haustið bjargaði Buck Thornton aftur á nýjan hátt.

The three men were guiding a long boat down rough rapids.

Mennirnir þrír voru að stýra löngum bát niður erfiðar flúðir.

Thornton maned the boat, calling directions to the shoreline.

Thornton stýrði bátnum og kallaði til leiðbeiningar að strandlínunni.

Hans and Pete ran on land, holding a rope from tree to tree.

Hans og Pétur hlupu á landi og héldu í reipi frá tré til trés.

Buck kept pace on the bank, always watching his master.

Buck hélt hraðann við bakkann og vakti alltaf yfir húsbónda sínum.

At one nasty place, rocks jutted out under the fast water.

Á einum óþægilegum stað stóðu steinar út undan hraða vatninu.

Hans let go of the rope, and Thornton steered the boat wide.

Hans sleppti reipinu og Thornton stýrði bátnum breitt.

Hans sprinted to catch the boat again past the dangerous rocks.

Hans hljóp til að ná bátnum aftur fram hjá hættulegu klettunum.

The boat cleared the ledge but hit a stronger part of the current.

Báturinn fór yfir brúnina en rakst á sterkari hluta straumsins.

Hans grabbed the rope too quickly and pulled the boat off balance.

Hans greip of hratt í reipið og dró bátinn úr jafnvægi.

The boat flipped over and slammed into the bank, bottom up.

Báturinn hvolfdi og skall á bakkanum, með botninn upp.

Thornton was thrown out and swept into the wildest part of the water.

Thornton var kastað út og sópað út í villtasta hluta vatnsins.

No swimmer could have survived in those deadly, racing waters.

Enginn sundmaður hefði getað lifað af í þessu banvæna, kapphlaupandi vatni.

Buck jumped in instantly and chased his master down the river.

Buck stökk þegar í stað inn og elti húsbónda sinn niður ána.

After three hundred yards, he reached Thornton at last.

Eftir þrjú hundruð metra kom hann loksins til Thornton.

Thornton grabbed Buck's tail, and Buck turned for the shore.

Thornton greip í hala Bucks og Buck sneri sér að ströndinni.

He swam with full strength, fighting the water's wild drag.

Hann synti af fullum krafti og barðist við villta dragið í vatninu.

They moved downstream faster than they could reach the shore.

Þau færðust hraðar niður á við en þau náðu að ströndinni.

Ahead, the river roared louder as it fell into deadly rapids.

Framundan öskraði áin háværara er hún féll í banvænar flúðir.

Rocks sliced through the water like the teeth of a huge comb.

Klettar skáru sig í gegnum vatnið eins og tennur á risastórum kambi.

The pull of the water near the drop was savage and inescapable.

Vatnstogið nálægt dropanum var grimmilegt og óhjákvæmilegt.

Thornton knew they could never make the shore in time.

Thornton vissi að þeir gætu aldrei náð ströndinni í tæka tíð.

He scraped over one rock, smashed across a second,

Hann skrapaði yfir einn stein, braut yfir annan,

And then he crashed into a third rock, grabbing it with both hands.

Og svo rakst hann á þriðja steininn og greip hann með báðum höndum.

He let go of Buck and shouted over the roar, "Go, Buck! Go!"

Hann sleppti Buck og hrópaði yfir öskurunum: „Farðu, Buck! Farðu!"

Buck could not stay afloat and was swept down by the current.

Buck gat ekki haldið sér á floti og straumurinn rak hann niður.

He fought hard, struggling to turn, but made no headway at all.

Hann barðist hart, reyndi að snúa við en náði engum árangri.

Then he heard Thornton repeat the command over the river's roar.

Þá heyrði hann Thornton endurtaka skipunina yfir dynknum í fljótinu.

Buck reared out of the water, raised his head as if for a last look.

Buck reis upp úr vatninu og lyfti höfðinu eins og til að líta í síðasta sinn.

then turned and obeyed, swimming toward the bank with resolve.

sneri sér síðan við og hlýddi, synti ákveðinn í átt að bakkanum.

Pete and Hans pulled him ashore at the final possible moment.

Pétur og Hans drógu hann í land á síðustu mögulegu stundu.

They knew Thornton could cling to the rock for only minutes more.

Þau vissu að Thornton gæti aðeins haldið fast við klettinn í nokkrar mínútur í viðbót.

They ran up the bank to a spot far above where he was hanging.

Þau hlupu upp bakkann að stað langt fyrir ofan þar sem hann hékk.

They tied the boat's line to Buck's neck and shoulders carefully.

Þau bundu bátstöngina vandlega við háls og axlir Bucks.

The rope was snug but loose enough for breathing and movement.

Reipið var þétt en nógu laust til að anda og hreyfa sig.

Then they launched him into the rushing, deadly river again.

Þá köstuðu þeir honum aftur út í straumandi, banvæna ána.

Buck swam boldly but missed his angle into the stream's force.

Buck synti djarflega en missti af stefnu sinni inn í kraft straumsins.

He saw too late that he was going to drift past Thornton.

Hann sá of seint að hann myndi reka fram hjá Thornton.

Hans jerked the rope tight, as if Buck were a capsizing boat.

Hans kippti í reipið eins og Buck væri að hvolfa bát.

The current pulled him under, and he vanished below the surface.

Straumurinn dró hann undir yfirborðið og hann hvarf.

His body struck the bank before Hans and Pete pulled him out.

Lík hans rakst á bankann áður en Hans og Pétur drógu hann upp.

He was half-drowned, and they pounded the water out of him.

Hann var hálfdrukknaður og þeir börðu vatnið úr honum.

Buck stood, staggered, and collapsed again onto the ground.

Buck stóð upp, staulaðist og hrundi aftur til jarðar.

Then they heard Thornton's voice faintly carried by the wind.

Þá heyrðu þau rödd Thorntons, dauflega borin af vindinum.

Though the words were unclear, they knew he was near death.

Þótt orðin væru óljós vissu þau að hann var nærri dauðanum.

The sound of Thornton's voice hit Buck like an electric jolt.

Rödd Thorntons lenti í Buck eins og rafmagnsskot.

He jumped up and ran up the bank, returning to the launch point.

Hann stökk upp og hljóp upp bakkann og aftur að uppsetningarstaðnum.

Again they tied the rope to Buck, and again he entered the stream.

Aftur bundu þeir reipið við Buck, og aftur fór hann ofan í lækinn.

This time, he swam directly and firmly into the rushing water.

Að þessu sinni synti hann beint og ákveðið út í straumvatnið.

Hans let out the rope steadily while Pete kept it from tangling.

Hans sleppti reipinu jafnt og þétt á meðan Pétur varði það frá því að flækjast.

Buck swam hard until he was lined up just above Thornton.

Buck synti af krafti þar til hann var kominn í rað rétt fyrir ofan Thornton.

Then he turned and charged down like a train in full speed.

Svo sneri hann sér við og þaut niður eins og lest á fullum hraða.

Thornton saw him coming, braced, and locked arms around his neck.

Thornton sá hann koma, búinn að sér og faðmaði hann að sér.

Hans tied the rope fast around a tree as both were pulled under.

Hans batt reipið fast utan um tré þegar báðir voru dregnir undir.

They tumbled underwater, smashing into rocks and river debris.

Þau hrundu undir yfirborðið og skullu á steinum og rusli úr ánni.

One moment Buck was on top, the next Thornton rose gasping.

Eina stundina var Buck ofan á, þá næstu reis Thornton andstuttur.

Battered and choking, they veered to the bank and safety.

Barin og köfnuð beygðu þau að bakkanum og í öruggt skjól.

Thornton regained consciousness, lying across a drift log.

Thornton komst til meðvitundar aftur, liggjandi yfir rekstokki.

Hans and Pete worked him hard to bring back breath and life.

Hans og Pétur lögðu hart að sér til að hann fengi aftur andann og lífið.

His first thought was for Buck, who lay motionless and limp.

Fyrsta hugsun hans var til Bucks, sem lá hreyfingarlaus og slappur.

Nig howled over Buck's body, and Skeet licked his face gently.

Nig öskraði yfir líkama Bucks og Skeet sleikti andlit hans blíðlega.

Thornton, sore and bruised, examined Buck with careful hands.

Thornton, aumur og marinn, skoðaði Buck varlega með höndunum.

He found three ribs broken, but no deadly wounds in the dog.

Hann fann þrjú brotin rifbein en engin banvæn sár á hundinum.

"That settles it," Thornton said. "We camp here." And they did.

„Það er málið," sagði Thornton. „Við tjöldum hér." Og það gerðu þau.

They stayed until Buck's ribs healed and he could walk again.

Þau dvöldu þar til rifbein Bucks voru gróin og hann gat gengið aftur.

That winter, Buck performed a feat that raised his fame further.

Þann vetur vann Buck afrek sem jók frægð hans enn frekar.

It was less heroic than saving Thornton, but just as impressive.

Það var minna hetjulegt en að bjarga Thornton, en alveg jafn áhrifamikið.

At Dawson, the partners needed supplies for a distant journey.

Í Dawson þurftu félagarnir vistir fyrir langferð.

They wanted to travel East, into untouched wilderness lands.

Þau vildu ferðast austur, inn í ósnortnar óbyggðir.

Buck's deed in the Eldorado Saloon made that trip possible.

Verknaður Bucks í Eldorado Saloon gerði þá ferð mögulega.

It began with men bragging about their dogs over drinks.

Þetta byrjaði með því að menn stærðu sig af hundunum sínum yfir drykkjum.

Buck's fame made him the target of challenges and doubt.

Frægð Bucks gerði hann að skotspónni áskorana og efasemda.

Thornton, proud and calm, stood firm in defending Buck's name.

Thornton, stoltur og rólegur, stóð staðfastur í að varða nafn Bucks.

One man said his dog could pull five hundred pounds with ease.

Einn maður sagði að hundurinn hans gæti dregið fimm hundruð pund með auðveldum hætti.

Another said six hundred, and a third bragged seven hundred.

Annar sagði sex hundruð og sá þriðji stærði sig af sjö hundruð.

"Pfft!" said John Thornton, "Buck can pull a thousand pound sled."

„Pfft!" sagði John Thornton, „Buck getur dregið þúsund punda sleða."

Matthewson, a Bonanza King, leaned forward and challenged him.

Matthewson, Bonanza-konungur, hallaði sér fram og ögraði honum.

"You think he can put that much weight into motion?"

„Heldurðu að hann geti sett svona mikla þyngd í hreyfingu?"

"And you think he can pull the weight a full hundred yards?"

„Og þú heldur að hann geti dregið þungann heil hundrað metra?"

Thornton replied coolly, "Yes. Buck is dog enough to do it."

Thornton svaraði rólega: „Já. Buck er nógu hundfús til að gera það."

"He'll put a thousand pounds into motion, and pull it a hundred yards."

„Hann setur þúsund pund í gang og dregur það hundrað metra."

Matthewson smiled slowly and made sure all men heard his words.

Matthewson brosti hægt og gætti þess að allir menn heyrðu orð hans.

"I've got a thousand dollars that says he can't. There it is."

„Ég er með þúsund dollara sem segja að hann geti það ekki. Þarna eru þeir."

He slammed a sack of gold dust the size of sausage on the bar.

Hann skellti poka af gulldufti á stærð við pylsu á barnum.

Nobody said a word. The silence grew heavy and tense around them.

Enginn sagði orð. Þögnin varð þung og spennt í kringum þau.

Thornton's bluff — if it was one — had been taken seriously.

Blekking Thorntons – ef hún var einföld – hafði verið tekin alvarlega.

He felt heat rise in his face as blood rushed to his cheeks.

Hann fann hita stíga upp í andlitið á meðan blóð streymdi upp í kinnarnar á honum.

His tongue had gotten ahead of his reason in that moment.

Tungan hans hafði farið á undan skynseminni á þeirri stundu.

He truly didn't know if Buck could move a thousand pounds.

Hann vissi í raun og veru ekki hvort Buck gæti fært þúsund pund.

Half a ton! The size of it alone made his heart feel heavy.

Hálft tonn! Bara stærðin gerði hann þungan um hjartaræturnar.

He had faith in Buck's strength and had thought him capable.

Hann hafði trú á styrk Bucks og taldi hann hæfan til þess.

But he had never faced this kind of challenge, not like this.

En hann hafði aldrei staðið frammi fyrir þessari áskorun, ekki svona.

A dozen men watched him quietly, waiting to see what he'd do.

Tólf menn horfðu þöglir á hann og biðu spenntir eftir að sjá hvað hann myndi gera.

He didn't have the money — neither did Hans or Pete.

Hann hafði ekki peningana — hvorki Hans né Pétur.

"I've got a sled outside," said Matthewson coldly and direct.

„Ég er með sleða úti," sagði Matthewson kalt og beint út.

"It's loaded with twenty sacks, fifty pounds each, all flour.

„Það er hlaðið tuttugu sekkjum, fimmtíu punda hver, allt úr hveiti."

So don't let a missing sled be your excuse now," he added.

„Látið því ekki týndan sleða vera afsökun ykkar núna," bætti hann við.

Thornton stood silent. He didn't know what words to offer.

Thornton stóð þögull. Hann vissi ekki hvaða orð hann ætti að segja.

He looked around at the faces without seeing them clearly.

Hann leit í kringum sig á andlitin án þess að sjá þau greinilega.

He looked like a man frozen in thought, trying to restart.

Hann leit út eins og maður fastur í hugsunum sínum, að reyna að byrja upp á nýtt.

Then he saw Jim O'Brien, a friend from the Mastodon days.

Þá sá hann Jim O'Brien, vin frá Mastodon-tímanum.

That familiar face gave him courage he didn't know he had.

Þetta kunnuglega andlit gaf honum hugrekki sem hann vissi ekki að hann hafði.

He turned and asked in a low voice, "Can you lend me a thousand?"

Hann sneri sér við og spurði lágt: „Geturðu lánað mér þúsund?"

"Sure," said O'Brien, dropping a heavy sack by the gold already.

„Jú," sagði O'Brien og sleppti þungum poka þegar hann var kominn með gullið.

"But truthfully, John, I don't believe the beast can do this."

„En satt að segja, John, trúi ég ekki að skepnan geti gert þetta."

Everyone in the Eldorado Saloon rushed outside to see the event.

Allir í Eldorado Saloon þustu út til að sjá viðburðinn.

They left tables and drinks, and even the games were paused.

Þau skildu eftir borð og drykki og jafnvel leikjunum var hætt.

Dealers and gamblers came to witness the bold wager's end.

Gjafarar og fjárhættuspilarar komu til að vera vitni að lokum hins djarfa veðmáls.

Hundreds gathered around the sled in the icy open street.

Hundruð söfnuðust saman umhverfis sleðann á ísilögðu götunni.

Matthewson's sled stood with a full load of flour sacks.

Sleði Matthewsons stóð þar fullur af hveitisekkjum.

The sled had been sitting for hours in minus temperatures.

Sleðinn hafði legið í klukkutíma í frosthörkum.

The sled's runners were frozen tight to the packed-down snow.

Leiðarar sleðans voru frosnir fastir við þjappaðan snjóinn.

Men offered two-to-one odds that Buck could not move the sled.

Mennirnir buðu upp á tvær líkur á að Buck gæti ekki hreyft sleðann.

A dispute broke out about what "break out" really meant.

Deilur brutust út um hvað „brott út" í raun þýddi.

O'Brien said Thornton should loosen the sled's frozen base.

O'Brien sagði að Thornton ætti að losa frosið botn sleðans.

Buck could then "break out" from a solid, motionless start.

Buck gæti þá „brotist út" eftir traustan, hreyfingarlausan upphaf.

Matthewson argued the dog must break the runners free too.

Matthewson hélt því fram að hundurinn yrði líka að losa hlauparana.

The men who had heard the bet agreed with Matthewson's view.

Mennirnir, sem höfðu heyrt veðmálið, voru sammála skoðun Matthewsons.

With that ruling, the odds jumped to three-to-one against Buck.

Með þeirri úrskurði jukust líkurnar á sigri Bucks í þrjá á móti einum.

No one stepped forward to take the growing three-to-one odds.

Enginn steig fram til að taka á sig vaxandi þrefalda líkurnar.

Not a single man believed Buck could perform the great feat.

Enginn maður trúði því að Buck gæti framkvæmt þetta mikla afrek.

Thornton had been rushed into the bet, heavy with doubts.

Thornton hafði verið hraðað inn í veðmálið, þungur af efasemdum.

Now he looked at the sled and the ten-dog team beside it.

Nú horfði hann á sleðann og tíu hunda liðið við hliðina á honum.

Seeing the reality of the task made it seem more impossible.

Að sjá raunveruleikann í verkefninu gerði það ómögulegra að sjá það.

Matthewson was full of pride and confidence in that moment.

Matthewson var fullur stolts og sjálfstrausts á þeirri stundu.

"Three to one!" he shouted. "I'll bet another thousand, Thornton!

„Þrír á móti einum!" hrópaði hann. „Ég veðja þúsund í viðbót, Thornton!"

What do you say?" he added, loud enough for all to hear.

„Hvað segirðu?" bætti hann við, nógu hátt til að allir heyrðu.

Thornton's face showed his doubts, but his spirit had risen.

Efasemdir bárust í andliti Thorntons, en andi hans hafði risið.

That fighting spirit ignored odds and feared nothing at all.

Þessi baráttuandi hunsaði erfiðleika og óttaðist ekkert.

He called Hans and Pete to bring all their cash to the table.

Hann hringdi í Hans og Pétur til að koma með allan peninginn sinn á borðið.

They had little left—only two hundred dollars combined.

Þau áttu lítið eftir — aðeins tvö hundruð dollara samanlagt.

This small sum was their total fortune during hard times.

Þessi litla upphæð var heildarauður þeirra á erfiðum tímum.

Still, they laid all of the fortune down against Matthewson's bet.

Samt lögðu þeir allan auðinn á móti veðmáli Matthewsons.

The ten-dog team was unhitched and moved away from the sled.

Tíu hunda liðið var losað og færði sig frá sleðanum.

Buck was placed in the reins, wearing his familiar harness.

Buck var settur í taumana, klæddur í kunnuglegt beisli sitt.

He had caught the energy of the crowd and felt the tension.

Hann hafði náð tökum á orku mannfjöldans og fundið fyrir spennunni.

Somehow, he knew he had to do something for John Thornton.

Einhvern veginn vissi hann að hann þurfti að gera eitthvað fyrir John Thornton.

People murmured with admiration at the dog's proud figure.

Fólk möglaði af aðdáun yfir stoltri mynd hundsins.

He was lean and strong, without a single extra ounce of flesh.

Hann var grannur og sterkur, án nokkurs auka gramms af holdi.

His full weight of hundred fifty pounds was all power and endurance.

Öll þyngd hans, hundrað og fimmtíu pund, var öll kraftur og þol.

Buck's coat gleamed like silk, thick with health and strength.

Feldur Bucks glitraði eins og silki, þykkur af heilsu og styrk.

The fur along his neck and shoulders seemed to lift and bristle.

Feldurinn meðfram hálsi hans og öxlum virtist lyftast og fá burst.

His mane moved slightly, each hair alive with his great energy.

Fax hans hreyfðist lítillega, hvert hár lifandi af mikilli orku hans.

His broad chest and strong legs matched his heavy, tough frame.

Breið bringa hans og sterkir fætur pössuðu við þungan og harðan líkama hans.

Muscles rippled under his coat, tight and firm as bound iron.

Vöðvar ölduðust undir frakka hans, stífir og fastir eins og bundið járn.

Men touched him and swore he was built like a steel machine.

Menn snertu hann og sóru við því að hann væri byggður eins og stálvél.

The odds dropped slightly to two to one against the great dog.

Líkurnar lækkuðu lítillega, niður í tvo á móti einum gegn þessum frábæra hundi.

A man from the Skookum Benches pushed forward, stuttering.

Maður frá Skookum-bekkjunum ýtti sér áfram, stamandi.

"Good, sir! I offer eight hundred for him — before the test, sir!"

„Gott, herra! Ég býð átta hundruð fyrir hann — fyrir prófið, herra!"

"Eight hundred, as he stands right now!" the man insisted.

„Átta hundruð, eins og hann stendur núna!" hélt maðurinn áfram.

Thornton stepped forward, smiled, and shook his head calmly.

Thornton steig fram, brosti og hristi höfuðið rólega.

Matthewson quickly stepped in with a warning voice and frown.

Matthewson steig fljótt inn með viðvörunarrödd og gretti sig.

"You must step away from him," he said. "Give him space."

„Þú verður að stíga frá honum," sagði hann. „Gefðu honum svigrúm."

The crowd grew silent; only gamblers still offered two to one.

Mannfjöldinn þagnaði; aðeins spilamenn buðu enn upp á tvo á móti einum.

Everyone admired Buck's build, but the load looked too great.

Allir dáðust að líkamsbyggingu Bucks, en byrðin virtist of þung.

Twenty sacks of flour—each fifty pounds in weight— seemed far too much.

Tuttugu sekkir af hveiti – hver um sig fimmtíu pund að þyngd – virtust alltof mikið.

No one was willing to open their pouch and risk their money.

Enginn var tilbúinn að opna pokann sinn og hætta peningunum sínum.

Thornton knelt beside Buck and took his head in both hands.

Thornton kraup við hlið Bucks og tók um höfuð hans með báðum höndum.

He pressed his cheek against Buck's and spoke into his ear.

Hann þrýsti kinn sinni að kinn Bucks og talaði í eyrað á honum.

There was no playful shaking or whispered loving insults now.

Nú var enginn leikur um hristing eða hvíslaðar ástúðlegar móðganir.

He only murmured softly, "As much as you love me, Buck."

Hann muldraði aðeins lágt: „Þó að þú elskar mig, Buck."

Buck let out a quiet whine, his eagerness barely restrained.

Buck kveinaði lágt, ákafi hans varla hemill.

The onlookers watched with curiosity as tension filled the air.

Áhorfendurnir horfðu forvitnir á meðan spenna fyllti loftið.

The moment felt almost unreal, like something beyond reason.

Augnablikið fannst mér næstum óraunverulegt, eins og eitthvað sem var handan skynsamlegt.

When Thornton stood, Buck gently took his hand in his jaws.

Þegar Thornton stóð upp tók Buck varlega hönd hans í kjálkana.

He pressed down with his teeth, then let go slowly and gently.

Hann þrýsti niður með tönnunum og sleppti svo hægt og varlega.

It was a silent answer of love, not spoken, but understood.

Þetta var þögul kærleikssvar, ekki talað, heldur skilið.

Thornton stepped well back from the dog and gave the signal.

Thornton færði sig langt frá hundinum og gaf merki.

"Now, Buck," he said, and Buck responded with focused calm.

„Nú, Buck," sagði hann og Buck svaraði með einbeittri ró.

Buck tightened the traces, then loosened them by a few inches.

Buck herti teinurnar og losaði þær síðan um nokkra sentimetra.

This was the method he had learned; his way to break the sled.

Þetta var aðferðin sem hann hafði lært; hans leið til að brjóta sleðann.

"Gee!" Thornton shouted, his voice sharp in the heavy silence.

„Vá!" hrópaði Thornton, röddin skörp í þögninni.

Buck turned to the right and lunged with all of his weight.

Buck sneri sér til hægri og stökk fram af öllum sínum þunga.

The slack vanished, and Buck's full mass hit the tight traces.

Slakinn hvarf og allur massi Bucks lenti á þröngu slóðunum.

The sled trembled, and the runners made a crisp crackling sound.

Sleðinn skalf og hlaupararnir gáfu frá sér skörp sprunguhljóð.

"Haw!" Thornton commanded, shifting Buck's direction again.

„Ha!" skipaði Thornton og breytti stefnu Bucks aftur.

Buck repeated the move, this time pulling sharply to the left.

Buck endurtók hreyfinguna, að þessu sinni togaði hann skarpt til vinstri.

The sled cracked louder, the runners snapping and shifting.

Sleðinn brakaði hærra, hlaupin smellu og færðust til.

The heavy load slid slightly sideways across the frozen snow.

Þunga farminn rann örlítið til hliðar yfir frosna snjóinn.

The sled had broken free from the grip of the icy trail!

Sleðinn hafði losnað úr taki ísþöktu slóðarinnar!

Men held their breath, unaware they were not even breathing.

Mennirnir héldu niðri í sér andanum, án þess að vita að þeir væru ekki einu sinni að anda.

"Now, PULL!" Thornton cried out across the frozen silence.

„Nú, TOGIÐ!" hrópaði Thornton yfir frosnu þögnina.

Thornton's command rang out sharp, like the crack of a whip.

Skipun Thorntons ómaði skarpt, eins og svipuhögg.

Buck hurled himself forward with a fierce and jarring lunge.

Buck kastaði sér fram með hörkulegu og skelfilegu fráfalli.

His whole frame tensed and bunched for the massive strain.

Allur líkami hans spenntist og krampaðist vegna þessa mikla álags.

Muscles rippled under his fur like serpents coming alive.

Vöðvar ölduðust undir feldinum hans eins og höggormar sem lifnuðu við.

His great chest was low, head stretched forward toward the sled.

Stóri bringan hans var lág, höfuðið teygt fram í átt að sleðanum.

His paws moved like lightning, claws slicing the frozen ground.

Löppurnar hans hreyfðust eins og elding, klærnar skáru frosna jörðina.

Grooves were cut deep as he fought for every inch of traction.

Djúpar rásir voru höggnar í baráttunni um hvern einasta sentimetra af gripi.

The sled rocked, trembled, and began a slow, uneasy motion.

Sleðinn vaggaði, skalf og hóf hæga, órólega hreyfingu.

One foot slipped, and a man in the crowd groaned aloud.

Annar fóturinn rann til og maður í mannfjöldanum kveinkaði upphátt.

Then the sled lunged forward in a jerking, rough movement.

Þá kipptist sleðinn áfram með kippandi, hrjúfri hreyfingu.

It didn't stop again — half an inch...an inch...two inches more.

Það stoppaði ekki aftur — hálfur tomma ... tomma ... tveir tommur í viðbót.

The jerks became smaller as the sled began to gather speed.

Kippirnir urðu minni eftir því sem sleðinn fór að auka hraða.

Soon Buck was pulling with smooth, even, rolling power.

Fljótlega fór Buck að toga með mjúkum, jöfnum, rúllandi krafti.

Men gasped and finally remembered to breathe again.

Mennirnir drógu andann djúpt og mundu loksins eftir að anda aftur.

They had not noticed their breath had stopped in awe.

Þau höfðu ekki tekið eftir því að andardráttur þeirra hafði stöðvast í lotningu.

Thornton ran behind, calling out short, cheerful commands.

Thornton hljóp á eftir og kallaði stuttar, kátar skipanir.

Ahead was a stack of firewood that marked the distance.

Framundan var stafli af eldiviði sem markaði fjarlægðina.

As Buck neared the pile, the cheering grew louder and louder.

Þegar Buck nálgaðist hrúguna urðu fagnaðarópin háværari og háværari.

The cheering swelled into a roar as Buck passed the end point.

Fagnaðarlætin urðu að dynk þegar Buck fór fram hjá endapunktinum.

Men jumped and shouted, even Matthewson broke into a grin.

Menn stukku og hrópuðu, jafnvel Matthewson brosti.

Hats flew into the air, mittens were tossed without thought or aim.

Hattar flugu upp í loftið, vettlingar voru kastaðir án umhugsunar eða markmiðs.

Men grabbed each other and shook hands without knowing who.

Mennirnir gripu hvor annan og tóku í hendur án þess að vita hverjir.

The whole crowd buzzed in wild, joyful celebration.

Allur mannfjöldinn söng í villtri, gleðilegri fagnaðarlæti.

Thornton dropped to his knees beside Buck with trembling hands.

Thornton féll á kné við hlið Bucks með skjálfandi höndum.

He pressed his head to Buck's and shook him gently back and forth.

Hann þrýsti höfði sínu að höfði Bucks og hristi hann varlega fram og til baka.

Those who approached heard him curse the dog with quiet love.

Þeir sem nálguðust heyrðu hann formæla hundinum með kyrrlátri ást.

He swore at Buck for a long time—softly, warmly, with emotion.

Hann bölvaði Buck lengi — mjúklega, hlýlega og tilfinningaþrunginn.

"Good, sir! Good, sir!" cried the Skookum Bench king in a rush.

„Gott, herra! Gott, herra!" hrópaði Skookum-bekkjarkonungurinn í flýti.

"I'll give you a thousand—no, twelve hundred—for that dog, sir!"

„Ég gef þér þúsund – nei, tólf hundruð – fyrir þennan hund, herra!"

Thornton rose slowly to his feet, his eyes shining with emotion.
Thornton reis hægt á fætur, augun hans ljómuðu af tilfinningu.

Tears streamed openly down his cheeks without any shame.
Tárin runnu opinskátt niður kinnar hans án nokkurrar skammar.

"Sir," he said to the Skookum Bench king, steady and firm
„Herra," sagði hann við konunginn á Skookum-bekknum, stöðugur og ákveðinn.

"No, sir. You can go to hell, sir. That's my final answer."
„Nei, herra. Þér getið farið til helvítis, herra. Þetta er mitt síðasta svar."

Buck grabbed Thornton's hand gently in his strong jaws.
Buck greip varlega í hönd Thorntons með sterkum kjálkum sínum.

Thornton shook him playfully, their bond deep as ever.
Thornton hristi hann í léttúð, tengsl þeirra voru djúp eins og alltaf.

The crowd, moved by the moment, stepped back in silence.
Mannfjöldinn, hrærður af augnablikinu, steig þegjandi til baka.

From then on, none dared interrupt such sacred affection.
Þaðan í frá þorði enginn að trufla slíka helga ástúð.

The Sound of the Call
Hljóð kallsins

Buck had earned sixteen hundred dollars in five minutes.
Buck hafði grætt sextán hundruð dollara á fimm mínútum.
The money let John Thornton pay off some of his debts.
Peningarnir gerðu John Thornton kleift að greiða niður hluta
af skuldum sínum.
With the rest of the money he headed East with his partners.
Með afganginn af peningunum hélt hann austur með félögum
sínum.
They sought a fabled lost mine, as old as the country itself.
Þeir leituðu að goðsagnakenndri týndri námum, jafngamalli
landinu sjálfu.
**Many men had looked for the mine, but few had ever found
it.**
Margir menn höfðu leitað að námunni en fáir fundu hana.
**More than a few men had vanished during the dangerous
quest.**
Fleiri en nokkrir menn höfðu horfið á meðan á hættulegri leit
stóð.
**This lost mine was wrapped in both mystery and old
tragedy.**
Þessi týnda náma var bæði vafin leyndardómum og gamalli
harmleik.
No one knew who the first man to find the mine had been.
Enginn vissi hver hafði verið fyrstur til að finna námuna.
The oldest stories don't mention anyone by name.
Í elstu sögunum er enginn nefndur á nafn.
There had always been an ancient ramshackle cabin there.
Þar hafði alltaf verið gamalt, hrörlegt kofi.
**Dying men had sworn there was a mine next to that old
cabin.**
Deyjandi menn höfðu svarið að það væri náma við hliðina á
þessari gömlu kofa.
**They proved their stories with gold like none found
elsewhere.**

Þeir sönnuðu sögur sínar með gulli sem ekkert finnst annars staðar.

No living soul had ever looted the treasure from that place.

Engin lifandi sál hafði nokkurn tímann rænt fjársjóðnum þaðan.

The dead were dead, and dead men tell no tales.

Hinir dánu voru dauðir, og dauðir menn segja engar sögur.

So Thornton and his friends headed into the East.

Svo héldu Thornton og vinir hans austur á bóginn.

Pete and Hans joined, bringing Buck and six strong dogs.

Pétur og Hans slógu í för, ásamt Buck og sex sterkum hundum.

They set off down an unknown trail where others had failed.

Þau lögðu af stað óþekkta slóð þar sem öðrum hafði mistekist.

They sledded seventy miles up the frozen Yukon River.

Þau óku sjötíu mílur upp frosna Yukon-fljótið.

They turned left and followed the trail into the Stewart.

Þau beygðu til vinstri og fylgdu slóðinni inn í Stewart-ána.

They passed the Mayo and McQuestion, pressing farther on.

Þau héldu fram hjá Mayo og McQuestion og héldu lengra áfram.

The Stewart shrank into a stream, threading jagged peaks.

Stewart-áin minnkaði í læk, sem lá eftir hvössum tindum.

These sharp peaks marked the very spine of the continent.

Þessir hvassu tindar markaði sjálfan hrygg álfunnar.

John Thornton demanded little from men or the wild land.

John Thornton krafðist lítils af mönnum eða óbyggðum.

He feared nothing in nature and faced the wild with ease.

Hann óttaðist ekkert í náttúrunni og tókst á við óbyggðirnar af léttleika.

With only salt and a rifle, he could travel where he wished.

Með aðeins salti og riffli gat hann ferðast hvert sem hann vildi.

Like the natives, he hunted food while he journeyed along.

Eins og innfæddir veiddi hann mat á ferðalögum sínum.

If he caught nothing, he kept going, trusting luck ahead.

Ef hann fékk ekkert, hélt hann áfram og treysti á heppnina.

On this long journey, meat was the main thing they ate.
Í þessari löngu ferð var kjöt aðalátið þeirra.
The sled held tools and ammo, but no strict timetable.
Sleðinn var með verkfæri og skotfæri, en engin ströng
tímaáætlun.
Buck loved this wandering; the endless hunt and fishing.
Buck elskaði þessa flakk; endalausu veiðarnar og
fiskveiðarnar.
For weeks they were traveling day after steady day.
Í vikur voru þau á ferð, dag eftir dag.
Other times they made camps and stayed still for weeks.
Öðrum sinnum settu þeir upp tjaldbúðir og dvöldu kyrr í
margar vikur.
The dogs rested while the men dug through frozen dirt.
Hundarnir hvíldu sig á meðan mennirnir grófu í gegnum
frosna mold.
They warmed pans over fires and searched for hidden gold.
Þau hituðu pönnur yfir eldum og leituðu að földu gulli.
Some days they starved, and some days they had feasts.
Suma daga sveltu þau og aðra daga héldu þau veislur.
Their meals depended on the game and the luck of the hunt.
Matur þeirra var háður veiðinni og heppni veiðarinnar.
When summer came, men and dogs packed loads on their
backs.
Þegar sumarið kom báru menn og hundar farmi á bakinu.
They rafted across blue lakes hidden in mountain forests.
Þau sigldu yfir blá vötn sem voru falin í fjallaskógum.
They sailed slim boats on rivers no man had ever mapped.
Þeir sigldu mjóum bátum á ám sem enginn maður hafði
nokkurn tímann kortlagt.
Those boats were built from trees they sawed in the wild.
Þessir bátar voru smíðaðir úr trjám sem þeir saguðu í
náttúrunni.

The months passed, and they twisted through the wild
unknown lands.
Mánuðirnir liðu og þeir þyrptust um óbyggð óþekkt lönd.

There were no men there, yet old traces hinted that men had been.

Þar voru engir menn, en gömul ummerki bentu til þess að menn hefðu verið þar.

If the Lost Cabin was real, then others had once come this way.

Ef Týnda kofann var raunveruleg, þá höfðu aðrir einu sinni komið þessa leið.

They crossed high passes in blizzards, even during the summer.

Þeir fóru yfir há slóðir í snjóbyljum, jafnvel á sumrin.

They shivered under the midnight sun on bare mountain slopes.

Þau skjálfuðu undir miðnætursólinni á berum fjallshlíðunum.

Between the treeline and the snowfields, they climbed slowly.

Milli trjálínunnar og snjóbreiðanna klifruðu þau hægt.

In warm valleys, they swatted at clouds of gnats and flies.

Í hlýjum dölum börðu þeir á ský af mýi og flugum.

They picked sweet berries near glaciers in full summer bloom.

Þau tíndu sæt ber nálægt jöklum í fullum sumarblóma.

The flowers they found were as lovely as those in the Southland.

Blómin sem þau fundu voru jafn falleg og þau sem eru á Suðurlandi.

That fall they reached a lonely region filled with silent lakes.

Um haustið komust þau að einmanalegu svæði fullu af kyrrlátum vötnum.

The land was sad and empty, once alive with birds and beasts.

Landið var dapurlegt og tómt, eitt sinn fullt af fuglum og dýrum.

Now there was no life, just the wind and ice forming in pools.

Nú var ekkert líf, bara vindurinn og ísinn sem myndaðist í pollum.

Waves lapped against empty shores with a soft, mournful sound.

Bylgjur skullu á tómum ströndum með mjúkum, dapurlegum hljóði.

Another winter came, and they followed faint, old trails again.

Annar vetur kom og þau fylgdu aftur óljósum, gömlum slóðum.

These were the trails of men who had searched long before them.

Þetta voru slóðir manna sem höfðu leitað löngu á undan þeim.

Once they found a path cut deep into the dark forest.

Einu sinni fundu þau slóð sem var höggvin djúpt inn í dimman skóg.

It was an old trail, and they felt the lost cabin was close.

Þetta var gömul slóð og þeim fannst týnda kofann vera nálægt.

But the trail led nowhere and faded into the thick woods.

En slóðin lá hvergi og hvarf inn í þéttan skóg.

Whoever made the trail, and why they made it, no one knew.

Hver sem gerði slóðina, og hvers vegna, vissi enginn.

Later, they found the wreck of a lodge hidden among the trees.

Seinna fundu þeir flak af skála falið meðal trjánna.

Rotting blankets lay scattered where someone once had slept.

Rotnandi teppi lágu dreifð þar sem einhver hafði eitt sinn sofið.

John Thornton found a long-barreled flintlock buried inside.

John Thornton fann flintlás með löngu hlaupi grafinn inni í honum.

He knew this was a Hudson Bay gun from early trading days.

Hann vissi að þetta var fallbyssa frá Hudsonflóa frá fyrstu viðskiptadögum.

In those days such guns were traded for stacks of beaver skins.

Á þeim tíma voru slíkar byssur skipt fyrir stafla af beverskinnum.

That was all—no clue remained of the man who built the lodge.

Þetta var allt og sumt — engin vísbending var eftir um manninn sem byggði skálann.

Spring came again, and they found no sign of the Lost Cabin.

Vorið kom aftur og þau fundu engin merki um Týnda kofann.

Instead they found a broad valley with a shallow stream.

Í staðinn fundu þeir breiðan dal með grunnum læk.

Gold lay across the pan bottoms like smooth, yellow butter.

Gull lá á botninum á pönnunni eins og slétt, gult smjör.

They stopped there and searched no farther for the cabin.

Þar námu þau staðar og leituðu ekki lengra að kofanum.

Each day they worked and found thousands in gold dust.

Á hverjum degi unnu þau og fundu þúsundir í gulldufti.

They packed the gold in bags of moose-hide, fifty pounds each.

Þeir pökkuðu gullinu í poka úr elgshúð, fimmtíu pund hver.

The bags were stacked like firewood outside their small lodge.

Pokarnir voru staflaðir eins og eldiviður fyrir utan litla kofann þeirra.

They worked like giants, and the days passed like quick dreams.

Þau unnu eins og risar og dagarnir liðu eins og fljótir draumar.

They heaped up treasure as the endless days rolled swiftly by.

Þau söfnuðu fjársjóðum á meðan endalausir dagar liðu hratt hjá.

There was little for the dogs to do except haul meat now and then.

Hundarnir höfðu lítið að gera nema að draga kjöt af og til.

Thornton hunted and killed the game, and Buck lay by the fire.

Thornton veiddi og drap villibráðina, og Buck lá við eldinn.

He spent long hours in silence, lost in thought and memory.

Hann eyddi löngum stundum í þögn, sokkinn í hugsanir og minningar.

The image of the hairy man came more often into Buck's mind.

Myndin af loðna manninum kom oftar upp í huga Bucks.

Now that work was scarce, Buck dreamed while blinking at the fire.

Nú þegar vinnan var af skornum skammti, dreymdi Buck á meðan hann blikkaði augunum við eldinn.

In those dreams, Buck wandered with the man in another world.

Í þessum draumum reikaði Buck með manninum um annan heim.

Fear seemed the strongest feeling in that distant world.

Ótti virtist sterkasta tilfinningin í þeim fjarlæga heimi.

Buck saw the hairy man sleep with his head bowed low.

Buck sá loðna manninn sofa með höfuðið niðurbeygt.

His hands were clasped, and his sleep was restless and broken.

Hendur hans voru krepptar og svefninn var órólegur og truflaður.

He used to wake with a start and stare fearfully into the dark.

Hann vaknaði vanur að kippast við og stara hræddur út í myrkrið.

Then he'd toss more wood onto the fire to keep the flame bright.

Svo kastaði hann meiri við á eldinn til að halda loganum björtum.

Sometimes they walked along a beach by a gray, endless sea.

Stundum gengu þau meðfram strönd við gráan, endalausan
sjó.

The hairy man picked shellfish and ate them as he walked.

Loðni maðurinn tíndi skelfisk og át hann á göngu sinni.

**His eyes searched always for hidden dangers in the
shadows.**

Augu hans leituðu stöðugt að földum hættum í skuggunum.

**His legs were always ready to sprint at the first sign of
threat.**

Fætur hans voru alltaf tilbúnir til að spretta við fyrstu
ógnarmerki.

They crept through the forest, silent and wary, side by side.

Þau læddust gegnum skóginn, þögul og varkár, hlið við hlið.

Buck followed at his heels, and both of them stayed alert.

Buck fylgdi á eftir honum og þeir voru báðir vakandi.

Their ears twitched and moved, their noses sniffed the air.

Eyrun þeirra kipptust og hreyfðust, nef þeirra þefuðu út í
loftið.

The man could hear and smell the forest as sharply as Buck.

Maðurinn heyrði og lyktaði skógarins jafn skarpt og Buck.

The hairy man swung through the trees with sudden speed.

Loðni maðurinn sveiflaðist gegnum trén með skyndilegum
hraða.

He leapt from branch to branch, never missing his grip.

Hann stökk af grein í grein og missti aldrei takið.

He moved as fast above the ground as he did upon it.

Hann hreyfði sig jafn hratt yfir jörðinni og hann gerði á henni.

**Buck remembered long nights beneath the trees, keeping
watch.**

Buck minntist langra nætur undir trjánum, þar sem hann hélt
vörð.

The man slept roosting in the branches, clinging tight.

Maðurinn svaf í greinunum, klamraði sér fast um þau.

**This vision of the hairy man was tied closely to the deep
call.**

Þessi sýn af loðna manninum var nátengd djúpu kallinu.

The call still sounded through the forest with haunting force.

Kallið hljómaði enn um skóginn með ásæknum krafti.

The call filled Buck with longing and a restless sense of joy.

Símtalið fyllti Buck löngun og eirðarlausri gleði.

He felt strange urges and stirrings that he could not name.

Hann fann fyrir undarlegum löngunum og tilfinningum sem hann gat ekki nefnt.

Sometimes he followed the call deep into the quiet woods.

Stundum fylgdi hann kallinu djúpt inn í kyrrláta skóginn.

He searched for the calling, barking softly or sharply as he went.

Hann leitaði að kölluninni, gelti lágt eða hvasst á leiðinni.

He sniffed the moss and black soil where the grasses grew.

Hann þefaði af mosanum og svörtu moldinni þar sem grasið óx.

He snorted with delight at the rich smells of the deep earth.

Hann fnösti af ánægju við ríkulega ilminn af djúpi jarðarinnar.

He crouched for hours behind trunks covered in fungus.

Hann kraup í marga klukkutíma á bak við stofna sem voru þaktir sveppum.

He stayed still, listening wide-eyed to every tiny sound.

Hann stóð grafkyrr og hlustaði með stórum augum á hvert einasta hljóð.

He may have hoped to surprise the thing that gave the call.

Hann kann að hafa vonast til að koma því sem kallaði á óvart.

He did not know why he acted this way — he simply did.

Hann vissi ekki hvers vegna hann hagaði sér svona — hann einfaldlega gerði það.

The urges came from deep within, beyond thought or reason.

Þráin kom djúpt að innan, handan við hugsun eða skynsemi.

Irresistible urges took hold of Buck without warning or reason.

Ómótstæðilegar hvatir greipu Buck án viðvörunar eða ástæðu.

At times he was dozing lazily in camp under the midday heat.

Stundum blundaði hann rólega í tjaldbúðunum í
hádegishitanum.

Suddenly, his head lifted and his ears shoot up alert.

Skyndilega lyftist höfuðið og eyrun skjóta upp, vakandi.

Then he sprang up and dash into the wild without pause.

Þá stökk hann á fætur og þaut út í óbyggðirnar án þess að
stoppa.

He ran for hours through forest paths and open spaces.

Hann hljóp í marga klukkutíma um skógarstíga og opnar
svæði.

**He loved to follow dry creek beds and spy on birds in the
trees.**

Hann elskaði að fylgja þurrum lækjarfarvegum og njósna um
fugla í trjánum.

**He could lie hidden all day, watching partridges strut
around.**

Hann gæti legið í felum allan daginn og horft á gröfturnar
spóka sig um.

**They drummed and marched, unaware of Buck's still
presence.**

Þau trommuðu og gengu, ómeðvituð um nærveru Bucks.

But what he loved most was running at twilight in summer.

En það sem hann elskaði mest var að hlaupa í rökkrinu á
sumrin.

The dim light and sleepy forest sounds filled him with joy.

Dauft ljós og syfjandi skógarhljóð fylltu hann gleði.

He read the forest signs as clearly as a man reads a book.

Hann las merkin í skóginum eins skýrt og maður les bók.

**And he searched always for the strange thing that called
him.**

Og hann leitaði alltaf að því undarlega sem kallaði á hann.

**That calling never stopped—it reached him waking or
sleeping.**

Þetta kall hætti aldrei — það náði til hans hvort sem hann var
vakandi eða sofandi.

One night, he woke with a start, eyes sharp and ears high.

Eina nóttina vaknaði hann með hryllingi, augun hvöss og eyrun hátt.

His nostrils twitched as his mane stood bristling in waves.

Nös hans kipptust til þegar fax hans stóð eins og öldur.

From deep in the forest came the sound again, the old call.

Djúpt úr skóginum barst hljóðið aftur, gamla kallið.

This time the sound rang clearly, a long, haunting, familiar howl.

Að þessu sinni ómaði hljóðið greinilega, langt, ásækið og kunnuglegt úlf.

It was like a husky's cry, but strange and wild in tone.

Það var eins og óp husky-hunds, en undarlegur og villtur í röddu.

Buck knew the sound at once—he had heard the exact sound long ago.

Buck þekkti hljóðið strax — hann hafði heyrt nákvæmlega þetta hljóð fyrir löngu síðan.

He leapt through camp and vanished swiftly into the woods.

Hann stökk í gegnum tjaldstæðið og hvarf snögglega inn í skóginn.

As he neared the sound, he slowed and moved with care.

Þegar hann nálgaðist hljóðið hægði hann á sér og hreyfði sig varlega.

Soon he reached a clearing between thick pine trees.

Fljótlega kom hann að rjóðri milli þéttra furutrjáa.

There, upright on its haunches, sat a tall, lean timber wolf.

Þar, uppréttur á hækjum sér, sat hár, grannur skógarúlfur.

The wolf's nose pointed skyward, still echoing the call.

Trýni úlfsins benti til himins, enn að enduróma kallið.

Buck had made no sound, yet the wolf stopped and listened.

Buck hafði ekki gefið frá sér hljóð, en samt stoppaði úlfurinn og hlustaði.

Sensing something, the wolf tensed, searching the darkness.

Úlfurinn fann eitthvað, spenntist upp og leitaði í myrkrinu.

Buck crept into view, body low, feet quiet on the ground.

Buck læddist í sjóinn, líkami lágt, fæturnir kyrrir á jörðinni.

His tail was straight, his body coiled tight with tension.

Halinn hans var beinn, líkami hans þéttvaxinn af spennu.

He showed both threat and a kind of rough friendship.

Hann sýndi bæði ógn og eins konar grófa vináttu.

It was the wary greeting shared by beasts of the wild.

Þetta var varkár kveðja sem villidýr deildu.

But the wolf turned and fled as soon as it saw Buck.

En úlfurinn sneri sér við og flúði um leið og hann sá Buck.

Buck gave chase, leaping wildly, eager to overtake it.

Buck elti hann, stökk villt, ákafur að ná honum.

He followed the wolf into a dry creek blocked by a timber jam.

Hann fylgdi úlfinum inn í þurran læk sem var stíflaður af skógarþröskuldi.

Cornered, the wolf spun around and stood its ground.

Í horni snéri úlfurinn sér við og stóð fast á sínu.

The wolf snarled and snapped like a trapped husky dog in a fight.

Úlfurinn urraði og skein eins og fastur huskyhundur í slagsmálum.

The wolf's teeth clicked fast, its body bristling with wild fury.

Tennur úlfsins smelltu hratt, líkami hans stirðnaði af villtri reiði.

Buck did not attack but circled the wolf with careful friendliness.

Buck réðst ekki á heldur gekk í kringum úlfinn af varkárri vinsemd.

He tried to block his escape by slow, harmless movements.

Hann reyndi að koma í veg fyrir flótta sinn með hægum, skaðlausum hreyfingum.

The wolf was wary and scared — Buck outweighed him three times.

Úlfurinn var varkár og hræddur — Buck var þrisvar sinnum sterkari en hann.

The wolf's head barely reached up to Buck's massive shoulder.

Höfuð úlfsins náði varla upp að stórum öxl Bucks.

Watching for a gap, the wolf bolted and the chase began again.

Úlfurinn leitaði að gati, hljóp á brott og eftirförin hófst á ný.

Several times Buck cornered him, and the dance repeated.

Nokkrum sinnum þrýsti Buck honum í horn og dansinn endurtók sig.

The wolf was thin and weak, or Buck could not have caught him.

Úlfurinn var magur og veikburða, annars hefði Buck ekki getað gripið hann.

Each time Buck drew near, the wolf spun and faced him in fear.

Í hvert sinn sem Buck nálgaðist sneri úlfurinn sér við og horfði á hann í ótta.

Then at the first chance, he dashed off into the woods once more.

Svo við fyrsta tækifæri hljóp hann aftur út í skóginn.

But Buck did not give up, and finally the wolf came to trust him.

En Buck gafst ekki upp og að lokum fór úlfurinn að treysta honum.

He sniffed Buck's nose, and the two grew playful and alert.

Hann þefaði af nefi Bucks og þeir tveir urðu léttlyndir og vakandi.

They played like wild animals, fierce yet shy in their joy.

Þau léku sér eins og villidýr, grimm en feimin í gleði sinni.

After a while, the wolf trotted off with calm purpose.

Eftir smá stund skokkaði úlfurinn af stað með rólegum ásetningi.

He clearly showed Buck that he meant to be followed.

Hann sýndi Buck greinilega að hann ætlaði sér að vera elti.

They ran side by side through the twilight gloom.

Þau hlupu hlið við hlið gegnum dimman sólsetur.

They followed the creek bed up into the rocky gorge.

Þau fylgdu lækjarfarveginum upp í grýtta gljúfrið.

They crossed a cold divide where the stream had begun.

Þau fóru yfir kalda kjörgjá þar sem straumurinn hafði byrjað.

On the far slope they found wide forest and many streams.
Á fjær hlíðinni fundu þeir víðáttumikinn skóg og margar læki.
Through this vast land, they ran for hours without stopping.
Um þetta víðáttumikla land hlupu þau klukkustundum saman
án þess að stoppa.
The sun rose higher, the air grew warm, but they ran on.
Sólin reis hærra, loftið hlýnaði, en þau hlupu áfram.
**Buck was filled with joy — he knew he was answering his
calling.**
Buck var fullur gleði — hann vissi að hann var að svara kalli
sínu.
He ran beside his forest brother, closer to the call's source.
Hann hljóp við hlið skógarbróður síns, nær upptökum
kallsins.
Old feelings returned, powerful and hard to ignore.
Gamlar tilfinningar komu aftur, sterkar og erfitt að hunsa.
These were the truths behind the memories from his dreams.
Þetta voru sannleikarnir á bak við minningarnar úr draumum
hans.
He had done all this before in a distant and shadowy world.
Hann hafði gert allt þetta áður í fjarlægum og skuggalegum
heimi.
**Now he did this again, running wild with the open sky
above.**
Nú gerði hann þetta aftur, hljóp villt út um opinn himininn
fyrir ofan.
**They stopped at a stream to drink from the cold flowing
water.**
Þau stöðvuðust við læk til að drekka úr köldu, rennandi
vatninu.
As he drank, Buck suddenly remembered John Thornton.
Þegar hann drakk mundi Buck skyndilega eftir John Thornton.
**He sat down in silence, torn by the pull of loyalty and the
calling.**
Hann settist niður þögull, klofinn í sundur af togi
hollustunnar og köllunarinnar.
The wolf trotted on, but came back to urge Buck forward.

Úlfurinn trakk áfram en kom aftur til að hvetja Buck áfram.

He sniffed his nose and tried to coax him with soft gestures.

Hann þefaði á nefinu og reyndi að lokka hann með mjúkum bendingum.

But Buck turned around and started back the way he came.

En Buck sneri sér við og hélt áfram sömu leið og hann kom.

The wolf ran beside him for a long time, whining quietly.

Úlfurinn hljóp við hlið hans lengi og kveinaði lágt.

Then he sat down, raised his nose, and let out a long howl.

Svo settist hann niður, lyfti nefinu og kveinaði langt.

It was a mournful cry, softening as Buck walked away.

Það var dapurlegt grát, sem mildaðist er Buck gekk í burtu.

Buck listened as the sound of the cry faded slowly into the forest silence.

Buck hlustaði á meðan ópið hvarf hægt og rólega í þögn skógarins.

John Thornton was eating dinner when Buck burst into the camp.

John Thornton var að borða kvöldmat þegar Buck ruddist inn í tjaldbúðirnar.

Buck leapt upon him wildly, licking, biting, and tumbling him.

Buck stökk á hann eins og villtur maður, sleikti hann, beit og velti honum um koll.

He knocked him over, scrambled on top, and kissed his face.

Hann velti honum um koll, klifraði ofan á hann og kyssti hann á andlitið.

Thornton called this "playing the general tom-fool" with affection.

Thornton kallaði þetta að „leika almennan fífl" af ástúð.

All the while, he cursed Buck gently and shook him back and forth.

Allan tímann formælti hann Buck blíðlega og hristi hann fram og til baka.

For two whole days and nights, Buck never left the camp once.

Í tvo heila daga og nætur yfirgaf Buck aldrei búðirnar.

He kept close to Thornton and never let him out of his sight.

Hann hélt sig nálægt Thornton og lét hann aldrei úr augsýn.

He followed him as he worked and watched him while he ate.

Hann fylgdi honum á meðan hann vann og horfði á hann á meðan hann borðaði.

He saw Thornton into his blankets at night and out each morning.

Hann sá Thornton ofan í teppi sín á kvöldin og úti á hverjum morgni.

But soon the forest call returned, louder than ever before.

En fljótlega kom skógarkallið aftur, háværara en nokkru sinni fyrr.

Buck grew restless again, stirred by thoughts of the wild wolf.

Buck varð órólegur aftur, hrærður við hugsanir um villta úlfinn.

He remembered the open land and running side by side.

Hann mundi eftir opna landinu og því að hlaupa hlið við hlið.

He began wandering into the forest once more, alone and alert.

Hann byrjaði að reika inn í skóginn á ný, einn og vakandi.

But the wild brother did not return, and the howl was not heard.

En villibróðurinn sneri ekki aftur og úlfurinn heyrðist ekki.

Buck started sleeping outside, staying away for days at a time.

Buck byrjaði að sofa úti og var fjarri í marga daga í senn.

Once he crossed the high divide where the creek had begun.

Einu sinni fór hann yfir háa kjörsvæðið þar sem lækurinn hafði byrjað.

He entered the land of dark timber and wide flowing streams.

Hann gekk inn í land dökkra viðarins og breiðra, rennandi lækja.

For a week he roamed, searching for signs of the wild brother.

Í heila viku flakkaði hann um, leitandi að merkjum um villta bróðurinn.

He killed his own meat and travelled with long, tireless strides.

Hann slátraði sínu eigin kjöti og ferðaðist löngum, óþreytandi skrefum.

He fished for salmon in a wide river that reached the sea.

Hann veiddi lax í breiðri á sem rann til sjávar.

There, he fought and killed a black bear maddened by bugs.

Þar barðist hann við svartan björn sem var orðinn brjálaður af skordýrum og drap hann.

The bear had been fishing and ran blindly through the trees.

Björninn hafði verið að veiða og hljóp blint gegnum trén.

The battle was a fierce one, waking Buck's deep fighting spirit up.

Bardaginn var hörð og vakti djúpan baráttuanda Bucks.

Two days later, Buck returned to find wolverines at his kill.

Tveimur dögum síðar kom Buck aftur og fann jarfa við bráð sína.

A dozen of them quarreled over the meat in noisy fury.

Tylft þeirra rifust um kjötið í hávaðasömum reiði.

Buck charged and scattered them like leaves in the wind.

Buck réðst á og dreifði þeim eins og laufum í vindinum.

Two wolves remained behind—silent, lifeless, and unmoving forever.

Tveir úlfar urðu eftir — þöglir, líflausir og hreyfingarlausir að eilífu.

The thirst for blood grew stronger than ever.

Blóðþorstinn varð sterkari en nokkru sinni fyrr.

Buck was a hunter, a killer, feeding off living creatures.

Buck var veiðimaður, morðingi, sem nærist á lifandi verum.

He survived alone, relying on his strength and sharp senses.

Hann lifði af einn, treystandi á styrk sinn og skarpa skynsemi.

He thrived in the wild, where only the toughest could live.

Hann dafnaði í náttúrunni, þar sem aðeins þeir hörðustu gátu lifað.

From this, a great pride rose up and filled Buck's whole being.

Upp frá þessu reis upp mikill stoltur og fyllti alla veru Bucks.

His pride showed in his every step, in the ripple of every muscle.

Stolt hans birtist í hverju skrefi hans, í öldunni í hverjum vöðva.

His pride was as clear as speech, seen in how he carried himself.

Stolt hans var eins skýrt og mál, sást á því hvernig hann bar sig.

Even his thick coat looked more majestic and gleamed brighter.

Jafnvel þykkur feldurinn hans leit tignarlegri út og glóði bjartara.

Buck could have been mistaken for a giant timber wolf.

Buck gæti hafa verið ruglaður saman við risavaxinn skógarúlf.

Except for brown on his muzzle and spots above his eyes.

Nema hvað hann er brúnn á trýninu og blettir fyrir ofan augun.

And the white streak of fur that ran down the middle of his chest.

Og hvíta loðröndin sem lá niður eftir miðjum bringu hans.

He was even larger than the biggest wolf of that fierce breed.

Hann var jafnvel stærri en stærsti úlfurinn af þessari grimmdu kynstofni.

His father, a St. Bernard, gave him size and heavy frame.

Faðir hans, sem var Bernharðshundur, gaf honum stærð og þungan líkama.

His mother, a shepherd, shaped that bulk into wolf-like form.

Móðir hans, sem var fjárhirðir, mótaði þennan massa í úlfslíka mynd.

He had the long muzzle of a wolf, though heavier and broader.

Hann hafði langan trýni eins og úlfur, þótt hann væri þyngri og breiðari.

His head was a wolf's, but built on a massive, majestic scale.
Höfuð hans var úlfs, en smíðað í gríðarlegum og tignarlegum mæli.

Buck's cunning was the cunning of the wolf and of the wild.
Slægð Bucks var slægð úlfsins og villidýranna.

His intelligence came from both the German Shepherd and St. Bernard.
Greind hans kom bæði frá þýska fjárhundinum og Sankti Bernharði.

All this, plus harsh experience, made him a fearsome creature.
Allt þetta, ásamt erfiðri reynslu, gerði hann að ógnvekjandi veru.

He was as formidable as any beast that roamed the northern wild.
Hann var jafn ógnvekjandi og hvaða dýr sem reikaði um norðurlöndin.

Living only on meat, Buck reached the full peak of his strength.
Buck lifði eingöngu á kjöti og náði hámarki styrks síns.

He overflowed with power and male force in every fiber of him.
Hann barst yfir af krafti og karlmannlegum krafti í hverjum einasta trefja af sér.

When Thornton stroked his back, the hairs sparked with energy.
Þegar Thornton strauk honum um bakið glitruðu hárin af orku.

Each hair crackled, charged with the touch of living magnetism.
Hvert hár sprakkaði, hlaðið snertingu lifandi segulmagnaðs.

His body and brain were tuned to the finest possible pitch.
Líkami hans og heili voru stillt á besta mögulega tónhæð.

Every nerve, fiber, and muscle worked in perfect harmony.
Sérhver taug, þráður og vöðvi störfuðu í fullkominni samhljóm.

To any sound or sight needing action, he responded instantly.

Við hverju hljóði eða sjón sem þurfti að bregðast við, brást hann samstundis við.

If a husky leaped to attack, Buck could leap twice as fast.

Ef husky-hundur stökk til árásar, gæti Buck stokkið tvöfalt hraðar.

He reacted quicker than others could even see or hear.

Hann brást hraðar við en aðrir gátu jafnvel séð eða heyrt.

Perception, decision, and action all came in one fluid moment.

Skynjun, ákvörðun og aðgerð komu allt í einni fljótandi augnabliki.

In truth, these acts were separate, but too fast to notice.

Í raun voru þessar athafnir aðskildar en of fljótar til að taka eftir þeim.

So brief were the gaps between these acts, they seemed as one.

Svo stutt voru bilin á milli þessara athafna að þau virtust vera ein heild.

His muscles and being was like tightly coiled springs.

Vöðvar hans og vera voru eins og þéttvaxnir gormar.

His body surged with life, wild and joyful in its power.

Líkami hans iðaði af lífi, villtur og gleðilegur í krafti sínum.

At times he felt like the force was going to burst out of him entirely.

Stundum fannst honum eins og krafturinn myndi springa úr honum alveg.

"Never was there such a dog," Thornton said one quiet day.

„Aldrei hefur slíkur hundur verið til," sagði Thornton einn kyrrlátan dag.

The partners watched Buck striding proudly from the camp.

Félagarnir horfðu á Buck ganga stoltur út úr búðunum.

"When he was made, he changed what a dog can be," said Pete.

„Þegar hann varð til breytti hann því hvernig hundur getur verið," sagði Pete.

"By Jesus! I think so myself," Hans quickly agreed.

„Við Jesú! Ég held það sjálfur," samþykkti Hans fljótt.

They saw him march off, but not the change that came after.

Þau sáu hann ganga burt, en ekki breytinguna sem kom á eftir.

As soon as he entered the woods, Buck transformed completely.

Um leið og hann kom inn í skóginn umbreytist Buck gjörsamlega.

He no longer marched, but moved like a wild ghost among trees.

Hann gekk ekki lengur, heldur færði sig eins og villtur draugur meðal trjánna.

He became silent, cat-footed, a flicker passing through shadows.

Hann þagnaði, eins og köttur, eins og blikur sem leið gegnum skuggana.

He used cover with skill, crawling on his belly like a snake.

Hann notaði skjól af list og skreið á maganum eins og snákur.

And like a snake, he could leap forward and strike in silence.

Og eins og snákur gat hann stokkið fram og höggvið í þögn.

He could steal a ptarmigan straight from its hidden nest.

Hann gæti stolið rjúpu beint úr földu hreiðri hennar.

He killed sleeping rabbits without a single sound.

Hann drap sofandi kanínur án þess að gefa eitt einasta hljóð.

He could catch chipmunks midair as they fled too slowly.

Hann gat gripið íkorna í loftinu þar sem þeir flúðu of hægt.

Even fish in pools could not escape his sudden strikes.

Jafnvel fiskar í pollum gátu ekki sloppið við skyndileg áföll hans.

Not even clever beavers fixing dams were safe from him.

Ekki einu sinni klárir bebrar sem voru að gera við stíflur voru óhultir fyrir honum.

He killed for food, not for fun—but liked his own kills best.

Hann drap sér til matar, ekki til gamans — en hafði mest gaman af sínum eigin drápum.

Still, a sly humor ran through some of his silent hunts.

Samt sem áður var lúmskur húmor í gegnum sumar af þögu veiðum hans.

He crept up close to squirrels, only to let them escape.

Hann læddist nærri íkornum, bara til að láta þá sleppa.

They were going to flee to the trees, chattering in fearful outrage.

Þau ætluðu að flýja til trjánna, spjallandi af óttafullri reiði.

As fall came, moose began to appear in greater numbers.

Þegar haustið skall á fóru elgir að birtast í auknum mæli.

They moved slowly into the low valleys to meet the winter.

Þau færðu sig hægt og rólega niður í lágu dalina til að takast á við veturinn.

Buck had already brought down one young, stray calf.

Buck hafði þegar fellt einn ungan, týndan kálf.

But he longed to face larger, more dangerous prey.

En hann þráði að horfast í augu við stærri og hættulegri bráð.

One day on the divide, at the creek's head, he found his chance.

Dag einn á kjörstaðnum, við upptök lækjarins, fann hann tækifærið sitt.

A herd of twenty moose had crossed from forested lands.

Tuttugu elghjörð hafði komið yfir frá skógi vöxnum löndum.

Among them was a mighty bull; the leader of the group.

Meðal þeirra var voldugur naut; leiðtogi hópsins.

The bull stood over six feet tall and looked fierce and wild.

Nautið var meira en sex fet á hæð og leit grimmilega og villt út.

He tossed his wide antlers, fourteen points branching outward.

Hann kastaði breiðum hornum sínum, fjórtán oddar greinóttu út á við.

The tips of those antlers stretched seven feet across.

Endar þessara horna teygðust sjö fet í þvermál.

His small eyes burned with rage as he spotted Buck nearby.

Lítil augu hans brunnu af reiði þegar hann sá Buck þar nærri.

He let out a furious roar, trembling with fury and pain.

Hann lét frá sér æpandi öskur, skjálfandi af reiði og sársauka.

An arrow-end stuck out near his flank, feathered and sharp.

Örvaroddur stóð út við hliðina á honum, fjaðurvaxinn og hvöss.

This wound helped explain his savage, bitter mood.

Þetta sár hjálpaði til við að útskýra grimmilega og bitra skapsveiflu hans.

Buck, guided by ancient hunting instinct, made his move.

Buck, leiddur af fornum veiðieðlishvötum, gerði sína ráðstöfun.

He aimed to separate the bull from the rest of the herd.

Hann stefndi að því að aðgreina nautið frá restinni af hjörðinni.

This was no easy task—it took speed and fierce cunning.

Þetta var ekki auðvelt verk — það krafðist hraða og mikillar slægðar.

He barked and danced near the bull, just out of range.

Hann gelti og dansaði nálægt nautinu, rétt utan seilingar.

The moose lunged with huge hooves and deadly antlers.

Elgurinn stökk fram með risavaxnum hófum og banvænum hornum.

One blow could have ended Buck's life in a heartbeat.

Eitt högg hefði getað eyðilagt líf Bucks á augabragði.

Unable to leave the threat behind, the bull grew mad.

Ófær um að yfirgefa ógnina varð nautið brjálað.

He charged in fury, but Buck always slipped away.

Hann réðst á í reiði, en Buck laumaðist alltaf undan.

Buck faked weakness, luring him farther from the herd.

Buck lét eins og hann væri veikburða og lokkaði hann lengra frá hjörðinni.

But young bulls were going to charge back to protect the leader.

En ungir nautgripir ætluðu að sækja til baka til að vernda leiðtogann.

They forced Buck to retreat and the bull to rejoin the group.

Þeir neyddu Buck til að hörfa og nautið til að sameinast hópnum aftur.

There is a patience in the wild, deep and unstoppable.

Það er þolinmæði í óbyggðunum, djúp og óstöðvandi.

A spider waits motionless in its web for countless hours.
Köngulló bíður hreyfingarlaus í vef sínum í óteljandi klukkustundir.

A snake coils without twitching, and waits till it is time.
Snákur snýr sér án þess að kippast og bíður þangað til tíminn er kominn.

A panther lies in ambush, until the moment arrives.
Panter liggur í fyrirsát þar til augnablikið rennur upp.

This is the patience of predators who hunt to survive.
Þetta er þolinmæði rándýra sem veiða til að lifa af.

That same patience burned inside Buck as he stayed close.
Sama þolinmæði brann innra með Buck þegar hann var nálægt.

He stayed near the herd, slowing its march and stirring fear.
Hann hélt sig nálægt hjörðinni, hægði á göngu hennar og vakti ótta.

He teased the young bulls and harassed the mother cows.
Hann stríddi ungu nautin og áreitti kýrnar.

He drove the wounded bull into a deeper, helpless rage.
Hann rak særða nautið út í dýpri og hjálparvana reiði.

For half a day, the fight dragged on with no rest at all.
Í hálfan dag dróst baráttan áfram án þess að nokkur hvíld fengi sér.

Buck attacked from every angle, fast and fierce as wind.
Buck réðst á úr öllum áttum, hratt og grimmur eins og vindurinn.

He kept the bull from resting or hiding with its herd.
Hann kom í veg fyrir að nautið hvíldi sig eða feli sig með hjörð sinni.

Buck wore down the moose's will faster than its body.
Buck þreytti vilja elgsins hraðar en líkami hans.

The day passed and the sun sank low in the northwest sky.
Dagurinn leið og sólin sökk lágt á norðvesturhimninum.

The young bulls returned more slowly to help their leader.
Ungu nautarnir sneru hægar aftur til að hjálpa leiðtoganum sínum.

Fall nights had returned, and darkness now lasted six hours.

Haustnæturnar voru komnar aftur og myrkrið varði nú í sex klukkustundir.

Winter was pressing them downhill into safer, warmer valleys.

Veturinn var að þrýsta þeim niður á við, niður í öruggari og hlýrri dali.

But still they couldn't escape the hunter that held them back.

En samt gátu þeir ekki flúið veiðimanninn sem hélt þeim til baka.

Only one life was at stake—not the herd's, just their leader's.

Aðeins eitt líf var í húfi — ekki líf hjarðarinnar, bara líf leiðtogans.

That made the threat distant and not their urgent concern.

Það gerði ógnina fjarlæga en ekki brýna áhyggjuefni þeirra.

In time, they accepted this cost and let Buck take the old bull.

Með tímanum samþykktu þeir þennan kostnað og létu Buck taka við gamla nautinu.

As twilight settled in, the old bull stood with his head down.

Þegar rökkrið skall á stóð gamli nautinn með höfuðið niður.

He watched the herd he had led vanish into the fading light.

Hann horfði á hjörðina, sem hann hafði leitt, hverfa í dvínandi ljósinu.

There were cows he had known, calves he had once fathered.

Þar voru kýr sem hann hafði þekkt, kálfar sem hann hafði eitt sinn eignast.

There were younger bulls he had fought and ruled in past seasons.

Það voru yngri naut sem hann hafði barist við og stjórnað fyrri tímabil.

He could not follow them—for before him crouched Buck again.

Hann gat ekki fylgt þeim — því að fyrir framan hann kraup Buck aftur.

The merciless fanged terror blocked every path he might take.
Hin miskunnarlausa, vígtennta ótti lokaði fyrir allar leiðir sem hann gæti farið.
The bull weighed more than three hundredweight of dense power.
Nautið vó meira en þrjú hundruð pund af þéttri afli.
He had lived long and fought hard in a world of struggle.
Hann hafði lifað lengi og barist hart í heimi baráttunnar.
Yet now, at the end, death came from a beast far beneath him.
En nú, að lokum, kom dauðinn frá skepnu langt fyrir neðar honum.
Buck's head did not even rise to the bull's huge knuckled knees.
Höfuð Bucks náði ekki einu sinni upp að risavaxnum, hnjánum á nautinu.
From that moment on, Buck stayed with the bull night and day.
Frá þeirri stundu var Buck hjá nautinu dag og nótt.
He never gave him rest, never allowed him to graze or drink.
Hann gaf honum aldrei hvíld, leyfði honum aldrei að beita mat eða drekka.
The bull tried to eat young birch shoots and willow leaves.
Nautið reyndi að éta unga birkisprota og víðilauf.
But Buck drove him off, always alert and always attacking.
En Buck rak hann í burtu, alltaf vakandi og alltaf að ráðast á.
Even at trickling streams, Buck blocked every thirsty attempt.
Jafnvel við síandi læki kom Buck í veg fyrir allar þyrstar tilraunir.
Sometimes, in desperation, the bull fled at full speed.
Stundum, í örvæntingu, flúði nautið á fullum hraða.
Buck let him run, loping calmly just behind, never far away.
Buck lét hann hlaupa, skokkaði rólega rétt á eftir honum, aldrei langt í burtu.
When the moose paused, Buck lay down, but stayed ready.

Þegar elgurinn nam staðar lagðist Buck niður en var reiðubúinn.

If the bull tried to eat or drink, Buck struck with full fury.

Ef nautið reyndi að borða eða drekka, þá sló Buck til af allri sinni heift.

The bull's great head sagged lower under its vast antlers.

Stóri höfuð nautsins laut lægra undir víðáttumiklum hornunum.

His pace slowed, the trot became a heavy; a stumbling walk.

Hann hægði á sér, skokkið varð þungt; stamandi skref.

He often stood still with drooped ears and nose to the ground.

Hann stóð oft kyrr með niðurbeygð eyru og nefið niður að jörðinni.

During those moments, Buck took time to drink and rest.

Á þessum stundum gaf Buck sér tíma til að drekka og hvíla sig.

Tongue out, eyes fixed, Buck sensed the land was changing.

Með tunguna úti, augun föst, fann Buck að landið var að breytast.

He felt something new moving through the forest and sky.

Hann fann eitthvað nýtt hreyfast um skóginn og himininn.

As moose returned, so did other creatures of the wild.

Þegar elgarnir komu aftur, gerðu aðrar dýr úr náttúrunni það líka.

The land felt alive with presence, unseen but strongly known.

Landið fannst lifandi með nærveru, óséð en sterklega þekkt.

It was not by sound, sight, nor by scent that Buck knew this.

Það var hvorki með hljóði, sjón né lykt sem Buck vissi þetta.

A deeper sense told him that new forces were on the move.

Dýpri tilfinning sagði honum að nýir kraftar væru á ferðinni.

Strange life stirred through the woods and along the streams.

Undarlegt líf hrærðist í skóginum og meðfram lækjunum.

He resolved to explore this spirit, after the hunt was complete.

Hann ákvað að kanna þennan anda eftir að veiðinni væri lokið.

On the fourth day, Buck brought down the moose at last.

Á fjórða degi náði Buck loksins að fella elginn.

He stayed by the kill for a full day and night, feeding and resting.

Hann dvaldi við drápsveininn allan daginn og nóttina, át og hvíldi sig.

He ate, then slept, then ate again, until he was strong and full.

Hann át, svaf svo og át svo aftur, þar til hann var orðinn sterkur og saddur.

When he was ready, he turned back toward camp and Thornton.

Þegar hann var tilbúinn sneri hann sér aftur í átt að tjaldbúðunum og Thornton.

With steady pace, he began the long return journey home.

Með jöfnum hraða hóf hann hina löngu heimferð.

He ran in his tireless lope, hour after hour, never once straying.

Hann hljóp óþreytandi, klukkustund eftir klukkustund, án þess að villast eitt einasta sinn.

Through unknown lands, he moved straight as a compass needle.

Um óþekkt lönd ferðaðist hann eins og áttavita.

His sense of direction made man and map seem weak by comparison.

Stefnuskyn hans lét mann og kort virðast veik í samanburði.

As Buck ran, he felt more strongly the stir in the wild land.

Þegar Buck hljóp, fann hann enn sterkar fyrir óróanum í óbyggðunum.

It was a new kind of life, unlike that of the calm summer months.

Þetta var ný tegund lífs, ólíkt því sem var á kyrrlátu sumarmánuðunum.

This feeling no longer came as a subtle or distant message.

Þessi tilfinning kom ekki lengur sem lúmsk eða fjarlæg skilaboð.

Now the birds spoke of this life, and squirrels chattered about it.

Nú töluðu fuglarnir um þetta líf og íkornarnir spjölluðu um það.

Even the breeze whispered warnings through the silent trees.

Jafnvel gola hvíslaði viðvörunum í gegnum þöglu trén.

Several times he stopped and sniffed the fresh morning air.

Nokkrum sinnum stoppaði hann og innsveigði ferska morgunloftið.

He read a message there that made him leap forward faster.

Hann las þar skilaboð sem fengu hann til að stökkva hraðar áfram.

A heavy sense of danger filled him, as if something had gone wrong.

Þung hættutilfinning fyllti hann, eins og eitthvað hefði farið úrskeiðis.

He feared calamity was coming — or had already come.

Hann óttaðist að ógæfa væri í nánd – eða væri þegar komin.

He crossed the last ridge and entered the valley below.

Hann fór yfir síðasta hrygginn og inn í dalinn fyrir neðan.

He moved more slowly, alert and cautious with every step.

Hann gekk hægar, varkárari og varkárari með hverju skrefi.

Three miles out he found a fresh trail that made him stiffen.

Þremur mílum í burtu fann hann nýja slóð sem stirðnaði upp í honum.

The hair along his neck rippled and bristled in alarm.

Hárið á hálsi hans rigndi og þyrptist af ótta.

The trail led straight toward the camp where Thornton waited.

Göngustígurinn lá beint að tjaldbúðunum þar sem Thornton beið.

Buck moved faster now, his stride both silent and swift.

Buck hreyfði sig hraðar nú, skref hans bæði hljóðlát og hröð.

His nerves tightened as he read signs others were going to miss.

Taugar hans hertust þegar hann las merki um að aðrir myndu missa af.

Each detail in the trail told a story—except the final piece.

Hvert smáatriði í slóðinni sagði sögu — nema síðasti hlutinn.

His nose told him about the life that had passed this way.

Nefið hans sagði honum frá lífinu sem hafði liðið á þennan hátt.

The scent gave him a changing picture as he followed close behind.

Ilmurinn gaf honum breytilega mynd er hann fylgdi fast á eftir.

But the forest itself had gone quiet; unnaturally still.

En skógurinn sjálfur hafði orðið hljótt; óeðlilega kyrrlátur.

Birds had vanished, squirrels were hidden, silent and still.

Fuglar voru horfnir, íkornar voru faldir, þöglir og kyrrlátir.

He saw only one gray squirrel, flat on a dead tree.

Hann sá aðeins eina gráa íkorna, flata á dauðu tré.

The squirrel blended in, stiff and motionless like a part of the forest.

Íkorninn blandaðist við, stífur og hreyfingarlaus eins og hluti af skóginum.

Buck moved like a shadow, silent and sure through the trees.

Buck hreyfði sig eins og skuggi, þögull og öruggur milli trjánna.

His nose jerked sideways as if pulled by an unseen hand.

Nef hans kipptist til hliðar eins og ósýnileg hönd hefði togað í hann.

He turned and followed the new scent deep into a thicket.

Hann sneri sér við og fylgdi nýja lyktinni djúpt inn í runnann.

There he found Nig, lying dead, pierced through by an arrow.

Þar fann hann Nig, liggjandi látinn, stunginn í gegn af ör.

The shaft passed clear through his body, feathers still showing.

Skaftið fór í gegnum líkama hans, fjaðrirnar enn sjáanlegar.

Nig had dragged himself there, but died before reaching help.

Nig hafði dregið sig þangað en lést áður en hann náði til hjálpar.

A hundred yards farther on, Buck found another sled dog.

Hundrað metrum lengra fann Buck annan sleðahund.

It was a dog that Thornton had bought back in Dawson City.

Þetta var hundur sem Thornton hafði keypt heima í Dawson City.

The dog was in a death struggle, thrashing hard on the trail.

Hundurinn var í dauðabaráttu, þrýstist hart á slóðina.

Buck passed around him, not stopping, eyes fixed ahead.

Buck gekk fram hjá honum, stoppaði ekki, augun beint fram fyrir sig.

From the direction of the camp came a distant, rhythmic chant.

Frá búðunum barst fjarlægur, taktfastur söngur.

Voices rose and fell in a strange, eerie, sing-song tone.

Raddir hækkaði og lækkaði í undarlegum, óhugnanlegum, syngjandi tón.

Buck crawled forward to the edge of the clearing in silence.

Buck skreið þegjandi fram að brún skógarins.

There he saw Hans lying face-down, pierced with many arrows.

Þar sá hann Hans liggja á grúfu, stunginn af mörgum örvum.

His body looked like a porcupine, bristling with feathered shafts.

Líkami hans leit út eins og broddgeltur, þöktur fjaðruðum skaftum.

At the same moment, Buck looked toward the ruined lodge.

Á sama augnabliki leit Buck í átt að rústunum í skálanum.

The sight made the hair rise stiff on his neck and shoulders.

Sjónin stirðnaði hárið á hálsi hans og öxlum.

A storm of wild rage swept through Buck's whole body.

Stormur af villimannlegri reiði gekk um allan líkama Bucks.

He growled aloud, though he did not know that he had.

Hann urraði hátt, þótt hann vissi ekki að hann hefði gert það.

The sound was raw, filled with terrifying, savage fury.
Hljóðið var hrátt, fullt af ógnvekjandi, grimmilegri reiði.
For the last time in his life, Buck lost reason to emotion.
Í síðasta sinn á ævinni missti Buck skynsemina fyrir tilfinningum.
It was love for John Thornton that broke his careful control.
Það var ástin til John Thornton sem rauf vandlega stjórn hans.
The Yeehats were dancing around the wrecked spruce lodge.
Yeehat-fjölskyldan var að dansa í kringum hrunda grenihúsið.
Then came a roar—and an unknown beast charged toward them.
Þá heyrðist öskur — og óþekkt skepna réðst á þau.
It was Buck; a fury in motion; a living storm of vengeance.
Það var Buck; heift í hreyfingu; lifandi hefndarstormur.
He flung himself into their midst, mad with the need to kill.
Hann kastaði sér inn á meðal þeirra, brjálaður af þörf til að drepa.
He leapt at the first man, the Yeehat chief, and struck true.
Hann stökk á fyrsta manninn, höfðingjann Yeehat, og sló til.
His throat was ripped open, and blood spouted in a stream.
Háls hans var rifinn opinn og blóð spúaði í læk.
Buck did not stop, but tore the next man's throat with one leap.
Buck stoppaði ekki, heldur reif næsta mann í háls með einu stökki.
He was unstoppable—ripping, slashing, never pausing to rest.
Hann var óstöðvandi — reif, hjó, stoppaði aldrei til að hvíla sig.
He darted and sprang so fast their arrows could not touch him.
Hann þaut og stökk svo hratt að örvar þeirra náðu ekki til hans.
The Yeehats were caught in their own panic and confusion.
Yeehat-fjölskyldan var föst í eigin ótta og rugli.
Their arrows missed Buck and struck one another instead.
Örvar þeirra hittu hvor aðra í staðinn, misstu af Buck.

One youth threw a spear at Buck and hit another man.
Einn unglingur kastaði spjóti að Buck og hitti annan mann.
The spear drove through his chest, the point punching out his back.
Spjótið stakk í gegnum brjóst hans, oddurinn stakk út úr bakinu.
Terror swept over the Yeehats, and they broke into full retreat.
Skelfing greip Yeehat-ættina og þeir hörfuðu algerlega.
They screamed of the Evil Spirit and fled into the forest shadows.
Þau öskruðu af illum anda og flúðu inn í skuggana í skóginum.
Truly, Buck was like a demon as he chased the Yeehats down.
Buck var sannarlega eins og djöfull er hann elti Yeehat-fjölskylduna uppi.
He tore after them through the forest, bringing them down like deer.
Hann elti þá gegnum skóginn og felldi þá eins og hreindýr.
It became a day of fate and terror for the frightened Yeehats.
Þetta varð dagur örlaga og skelfingar fyrir hina hræddu Yeehats.
They scattered across the land, fleeing far in every direction.
Þeir dreifðust um landið og flýðu langt í allar áttir.
A full week passed before the last survivors met in a valley.
Heil vika leið áður en síðustu eftirlifendurnir hittust í dal.
Only then did they count their losses and speak of what happened.
Þá fyrst töldu þau tap sitt og ræddu um það sem hafði gerst.
Buck, after tiring of the chase, returned to the ruined camp.
Eftir að Buck var orðinn þreyttur á eltingarleiknum sneri hann aftur til rústanna í búðunum.
He found Pete, still in his blankets, killed in the first attack.
Hann fann Pete, enn í teppunum sínum, látinn í fyrstu árásinni.

Signs of Thornton's last struggle were marked in the dirt nearby.

Merki um síðustu baráttu Thorntons voru merkt í moldinni í nágrenninu.

Buck followed every trace, sniffing each mark to a final point.

Buck fylgdi hverju slóð og þefaði af hverju merki að lokum.

At the edge of a deep pool, he found faithful Skeet, lying still.

Á barmi djúps polls fann hann trúfasta Skeet, liggjandi kyrr.

Skeet's head and front paws were in the water, unmoving in death.

Höfuð og framloppar Skeet voru í vatninu, hreyfingarlaus í dauða sínum.

The pool was muddy and tainted with runoff from the sluice boxes.

Sundlaugin var drullug og menguð af afrennsli úr rennslukössunum.

Its cloudy surface hid what lay beneath, but Buck knew the truth.

Skýjað yfirborð þess huldi það sem lá undir, en Buck vissi sannleikann.

He tracked Thornton's scent into the pool—but the scent led nowhere else.

Hann rakti lyktina af Thornton ofan í laugina — en lyktin leiddi hvergi annars staðar.

There was no scent leading out—only the silence of deep water.

Enginn lykt leiddi út — aðeins þögn djúps vatns.

All day Buck stayed near the pool, pacing the camp in grief.

Allan daginn dvaldi Buck við tjörnina og gekk sorgmæddur um búðirnar.

He wandered restlessly or sat in stillness, lost in heavy thought.

Hann reikaði órólegur eða sat kyrr, niðursokkinn í þungar hugsanir.

He knew death; the ending of life; the vanishing of all motion.

Hann þekkti dauðann; endi lífsins; hvarf allrar hreyfingar.

He understood that John Thornton was gone, never to return.

Hann skildi að John Thornton væri farinn og myndi aldrei koma aftur.

The loss left an empty space in him that throbbed like hunger.

Tapið skildi eftir tómarúm í honum sem pulsaði eins og hungur.

But this was a hunger food could not ease, no matter how much he ate.

En þetta var hungur sem matur gat ekki seðjað, sama hversu mikið hann borðaði.

At times, as he looked at the dead Yeehats, the pain faded.

Stundum, þegar hann horfði á dauða Yeehat-ana, dofnaði sársaukinn.

And then a strange pride rose inside him, fierce and complete.

Og þá reis upp undarlegur stolt innra með honum, grimmur og algjör.

He had killed man, the highest and most dangerous game of all.

Hann hafði drepið manninn, hæsta og hættulegasta leikur allra.

He had killed in defiance of the ancient law of club and fang.

Hann hafði drepið í trássi við hina fornu lög um kylfu og vígtennur.

Buck sniffed their lifeless bodies, curious and thoughtful.

Buck þefaði af líflausum líkömum þeirra, forvitinn og hugsi.

They had died so easily—much easier than a husky in a fight.

Þau höfðu dáið svo auðveldlega — miklu auðveldara en huskyhundur í bardaga.

Without their weapons, they had no true strength or threat.

Án vopna sinna höfðu þeir hvorki raunverulegan styrk né ógn.

Buck was never going to fear them again, unless they were armed.

Buck myndi aldrei óttast þá framar, nema þeir væru vopnaðir.

Only when they carried clubs, spears, or arrows he'd beware.

Aðeins þegar þeir báru kylfur, spjót eða örvar myndi hann varast.

Night fell, and a full moon rose high above the tops of the trees.

Nóttin skall á og fullt tungl reis hátt yfir trjátoppana.

The moon's pale light bathed the land in a soft, ghostly glow like day.

Dauft tunglsljós baðaði landið mjúkum, draugalegum ljóma eins og dagur.

As the night deepened, Buck still mourned by the silent pool.

Þegar nóttin dýpri syrgði Buck enn við kyrrláta tjörnina.

Then he became aware of a different stirring in the forest.

Þá varð hann var við aðra hræringu í skóginum.

The stirring was not from the Yeehats, but from something older and deeper.

Hræringin kom ekki frá Yeehat-fjölskyldunni, heldur frá einhverju eldra og dýpra.

He stood up, ears lifted, nose testing the breeze with care.

Hann stóð upp, lyfti eyrum og rannsakaði gola vandlega.

From far away came a faint, sharp yelp that pierced the silence.

Langt í burtu heyrðist dauft, hvasst öskur sem rauf þögnina.

Then a chorus of similar cries followed close behind the first.

Þá fylgdi kór af svipuðum ópum rétt á eftir þeim fyrsta.

The sound drew nearer, growing louder with each passing moment.

Hljóðið nálgaðist og varð háværara með hverri stund sem leið.

Buck knew this cry—it came from that other world in his memory.

Buck þekkti þetta óp – það kom úr þeim öðrum heimi í minningunni hans.

He walked to the center of the open space and listened closely.

Hann gekk að miðju opna rýmisins og hlustaði vandlega.

The call rang out, many-noted and more powerful than ever.

Kallið hljómaði, margnefnd og kröftugra en nokkru sinni fyrr.

And now, more than ever before, Buck was ready to answer his calling.

Og nú, meira en nokkru sinni fyrr, var Buck tilbúinn að svara kalli hans.

John Thornton was dead, and no tie to man remained within him.

John Thornton var dáinn og engin tengsl við manninn voru enn til staðar í honum.

Man and all human claims were gone—he was free at last.

Maðurinn og allar kröfur mannsins voru horfnar — hann var loksins frjáls.

The wolf pack were chasing meat like the Yeehats once had.

Úlfahópurinn var að elta kjöt eins og Yeehat-fjölskyldan hafði einu sinni gert.

They had followed moose down from the timbered lands.

Þeir höfðu elt elgi niður af skógi vöxnum löndum.

Now, wild and hungry for prey, they crossed into his valley.

Nú, villtir og hungraðir í bráð, fóru þeir yfir í dalinn hans.

Into the moonlit clearing they came, flowing like silver water.

Inn í tunglsbirtu skógarrjóðrið komu þau, runnu eins og silfurvatn.

Buck stood still in the center, motionless and waiting for them.

Buck stóð kyrr í miðjunni, hreyfingarlaus og beið eftir þeim.

His calm, large presence stunned the pack into a brief silence.

Róleg og stórfengleg nærvera hans skelfdi hópinn og þagnaði stuttlega.

Then the boldest wolf leapt straight at him without hesitation.

Þá stökk djarfasti úlfurinn beint á hann án þess að hika.

Buck struck fast and broke the wolf's neck in a single blow.

Buck hjó til og braut hálsinn á úlfinum í einu höggi.

He stood motionless again as the dying wolf twisted behind him.

Hann stóð hreyfingarlaus aftur á meðan deyjandi úlfurinn sneri sér við á eftir honum.

Three more wolves attacked quickly, one after the other.

Þrír úlfar til viðbótar réðust hratt á, hver á eftir öðrum.

Each retreated bleeding, their throats or shoulders slashed.

Hver þeirra hörfaði blæðandi, með háls eða axlir skornar í sundur.

That was enough to trigger the whole pack into a wild charge.

Það var nóg til að koma öllum hópnum í villta sókn.

They rushed in together, too eager and crowded to strike well.

Þau þustu inn saman, of áköf og troðfull til að geta ráðist vel til.

Buck's speed and skill allowed him to stay ahead of the attack.

Hraði og færni Bucks gerði honum kleift að vera á undan sókninni.

He spun on his hind legs, snapping and striking in all directions.

Hann sneri sér á afturfótunum, snarlaði og sló í allar áttir.

To the wolves, this seemed like his defense never opened or faltered.

Úlfunum fannst eins og vörn hans hefði aldrei opnast eða bilað.

He turned and slashed so quickly they could not get behind him.

Hann sneri sér við og hjó svo hratt að þeir komust ekki á eftir honum.

Nonetheless, their numbers forced him to give ground and fall back.

Engu að síður neyddi fjöldi þeirra hann til að gefa eftir og hörfa.

He moved past the pool and down into the rocky creek bed.

Hann gekk fram hjá tjörninni og niður í grýtta lækjarfarveginn.

There he came up against a steep bank of gravel and dirt.

Þar rakst hann á bratta bakka úr möl og mold.

He edged into a corner cut during the miners' old digging.

Hann lenti í horni sem námuverkamennirnir höfðu skorið við gamla gröft.

Now, protected on three sides, Buck faced only the front wolf.

Nú, varinn á þremur hliðum, stóð Buck aðeins frammi fyrir úlfinum sem var fremst.

There, he stood at bay, ready for the next wave of assault.

Þar stóð hann í skefjum, tilbúinn fyrir næstu árásarbylgju.

Buck held his ground so fiercely that the wolves drew back.

Buck hélt svo fast á sínu að úlfarnir hörfuðu.

After half an hour, they were worn out and visibly defeated.

Eftir hálftíma voru þeir orðnir þreyttir og greinilega sigraðir.

Their tongues hung out, their white fangs gleamed in moonlight.

Tungur þeirra héngu út, hvítar vígtennur þeirra glitruðu í tunglsljósinu.

Some wolves lay down, heads raised, ears pricked toward Buck.

Nokkrir úlfar lögðust niður, höfðum lyft og eyrum spýtt í átt að Buck.

Others stood still, alert and watching his every move.

Aðrir stóðu kyrrir, vakandi og fylgdust með hverri hreyfingu hans.

A few wandered to the pool and lapped up cold water.

Nokkrir gengu að sundlauginni og drukku kalt vatn.

Then one long, lean gray wolf crept forward in a gentle way.

Þá læddist einn langur, grannur grár úlfur fram á blíðlegan hátt.

Buck recognized him—it was the wild brother from before.

Buck þekkti hann — það var villibróðirinn frá fyrri tíð.

The gray wolf whined softly, and Buck replied with a whine.

Grái úlfurinn kveinaði lágt og Buck svaraði með kveini.

They touched noses, quietly and without threat or fear.

Þau snertu nef hvors annars, hljóðlega og án ógnunar eða ótta.

Next came an older wolf, gaunt and scarred from many battles.

Næst kom eldri úlfur, magur og örmerktur eftir margar bardaga.

Buck started to snarl, but paused and sniffed the old wolf's nose.

Buck fór að urra, en þagnaði og þefaði af trýni gamla úlfsins.

The old one sat down, raised his nose, and howled at the moon.

Sá gamli settist niður, lyfti nefinu og ýlfraði til tunglsins.

The rest of the pack sat down and joined in the long howl.

Restin af hópnum settist niður og tóku þátt í löngu úlfunum.

And now the call came to Buck, unmistakable and strong.

Og nú barst kallið til Bucks, óyggjandi og sterkt.

He sat down, lifted his head, and howled with the others.

Hann settist niður, lyfti höfðinu og öskraði með hinum.

When the howling ended, Buck stepped out of his rocky shelter.

Þegar úlfurinn hætti steig Buck út úr grjótskýlinu sínu.

The pack closed in around him, sniffing both kindly and warily.

Hópurinn lokaðist um hann og þefaði bæði vingjarnlega og varlega.

Then the leaders gave the yelp and dashed off into the forest.

Þá æptu leiðtogarnir og hlupu af stað inn í skóginn.

The other wolves followed, yelping in chorus, wild and fast in the night.

Hinir úlfarnir fylgdu á eftir, æpandi í kór, villtir og hraðir í nóttinni.

Buck ran with them, beside his wild brother, howling as he ran.

Buck hljóp með þeim, við hlið villta bróður síns, ýlfrandi á hlaupum.

Here, the story of Buck does well to come to its end.

Hér á sagan um Buck vel við að líða undir lok.

In the years that followed, the Yeehats noticed strange wolves.

Á árunum sem fylgdu tóku Yeehat-hjónin eftir undarlegum úlfum.

Some had brown on their heads and muzzles, white on the chest.

Sumir voru brúnir á höfði og trýni, hvítir á bringu.

But even more, they feared a ghostly figure among the wolves.

En enn meira óttuðust þeir draugalega veru meðal úlfanna.

They spoke in whispers of the Ghost Dog, leader of the pack.

Þau töluðu í hvísli um Draugahundinn, leiðtoga hópsins.

This Ghost Dog had more cunning than the boldest Yeehat hunter.

Þessi Draugahundur var lævísari en djarfasti Yeehat-veiðimaðurinn.

The ghost dog stole from camps in deep winter and tore their traps apart.

Draugahundurinn stal úr búðum í hávetri og reif gildrurnar þeirra í sundur.

The ghost dog killed their dogs and escaped their arrows without a trace.

Draugahundurinn drap hundana þeirra og slapp sporlaust undan örvum þeirra.

Even their bravest warriors feared to face this wild spirit.

Jafnvel hugrökkustu stríðsmenn þeirra óttuðust að horfast í augu við þennan villta anda.

No, the tale grows darker still, as the years pass in the wild.

Nei, sagan verður enn myrkri eftir því sem árin líða í óbyggðunum.

Some hunters vanish and never return to their distant camps.

Sumir veiðimenn hverfa og snúa aldrei aftur í fjarlægar búðir sínar.

Others are found with their throats torn open, slain in the snow.

Aðrir finnast rifnir í háls, drepnir í snjónum.

Around their bodies are tracks—larger than any wolf could make.

Í kringum líkama þeirra eru spor — stærri en nokkur úlfur gæti gert.

Each autumn, Yeehats follow the trail of the moose.

Á hverju hausti fylgja Yeehats slóð elgsins.

But they avoid one valley with fear carved deep into their hearts.

En þau forðast einn dal með ótta djúpt grafinn í hjörtum sínum.

They say the valley is chosen by the Evil Spirit for his home.

Þeir segja að dalurinn hafi verið valinn af Illi andanum sem heimili sitt.

And when the tale is told, some women weep beside the fire.

Og þegar sagan er sögð gráta sumar konur við eldinn.

But in summer, one visitor comes to that quiet, sacred valley.

En á sumrin kemur einn gestur í þennan kyrrláta, helga dal.

The Yeehats do not know of him, nor could they understand.

Yeehat-fjölskyldan veit ekki af honum, né skilur hann.

The wolf is a great one, coated in glory, like no other of his kind.

Úlfurinn er mikill úlfur, þakinn dýrð, ólíkur öllum öðrum sinnar tegundar.

He alone crosses from green timber and enters the forest glade.
Hann einn fer yfir græna trjánna og inn í skógarrjóðrið.
There, golden dust from moose-hide sacks seeps into the soil.
Þar síast gullið ryk úr elgskinnasekkjum niður í jarðveginn.
Grass and old leaves have hidden the yellow from the sun.
Gras og gömul lauf hafa hulið gulu litinn fyrir sólinni.
Here, the wolf stands in silence, thinking and remembering.
Hér stendur úlfurinn þögull, hugsar og minnist.
He howls once — long and mournful — before he turns to go.
Hann ýlfrar einu sinni – langt og dapurlegt – áður en hann snýr sér við til að fara.
Yet he is not always alone in the land of cold and snow.
Samt er hann ekki alltaf einn í landi kuldans og snjósins.
When long winter nights descend on the lower valleys.
Þegar langar vetrarnætur leggjast yfir neðri dali.
When the wolves follow game through moonlight and frost.
Þegar úlfarnir elta villidýrin í tunglsljósi og frosti.
Then he runs at the head of the pack, leaping high and wild.
Svo hleypur hann fremstur í flokknum, hoppar hátt og villt.
His shape towers over the others, his throat alive with song.
Lögun hans gnæfir yfir hinum, hálsinn lifir af söng.
It is the song of the younger world, the voice of the pack.
Þetta er söngur yngri heimsins, rödd hópsins.
He sings as he runs — strong, free, and forever wild.
Hann syngur á meðan hann hleypur – sterkur, frjáls og eilíflega villtur.